கடலும் வண்ணத்துப்பூச்சிகளும்

கடலும் வண்ணத்துப்பூச்சிகளும்
சுரேஷ்குமார இந்திரஜித் (பி. 1953)

ராமேஸ்வரத்தில் பிறந்து, மதுரையில் வளர்ந்து படித்தவர். தமிழக வருவாய்த்துறையில் சிரஸ்தாராகப் பணியாற்றி 2011இல் ஓய்வு பெற்றவர்.

தொடர்புக்கு: sureshkumaraindrajith@gmail.com

ஆசிரியரின் பிற நூல்கள்

எழுதியவை

- அலையும் சிறகுகள் (1982)
- மறைந்து திரியும் கிழவன் (1993)
- மாபெரும் சூதாட்டம் (2005)
- அவரவர் வழி (2009)
- நானும் ஒருவன் (2012)
- நடன மங்கை (2013)
- இடப்பக்க மூக்குத்தி (2017)
- பின் நவீனத்துவவாதியின் மனைவி (2018) கிளாசிக் சிறுகதைகள்
- அம்பிகாவும் எட்வர்ட் ஜென்னரும் (2020) நாவல்
- ஒரு பாடகி ஒரு மாயப்பிறவி (2021) நாவல்

தொகுப்பு

- டெர்லின் ஷர்ட்டும் எட்டுமுழ வேட்டியும் - ஜி. நாகராஜன் (1993) கிளாசிக் சிறுகதைகள்

சுரேஷ்குமார இந்திரஜித்

கடலும் வண்ணத்துப்பூச்சிகளும்

காலச்சுவடு பதிப்பகம்

அன்பார்ந்த வாசகருக்கு,

வணக்கம்.

காலச்சுவடு நூலை வாங்கியமைக்கு நன்றி.

நூலின் உள்ளடக்கம், உருவாக்கம், அட்டைப்படம் இன்ன பிற அம்சங்கள் பற்றிய உங்கள் கருத்துகளையும் ஆலோசனைகளையும் காலச்சுவடு வரவேற்கிறது. தகவல், எழுத்து, வாக்கியப் பிழைகள் தென்பட்டால் கட்டாயம் தெரிவித்து உதவுங்கள். நூல் தயாரிப்பில் கடும் குறைபாடு இருப்பின் மாற்றுப் பிரதி உங்களுக்குக் கிடைக்கக் காலச்சுவடு ஏற்பாடு செய்யும்.

மின்னஞ்சல்: publisher@kalachuvadu.com

காலச்சுவடு நாகர்கோவில் தலைமையகத்துக்கும் கடிதம் அனுப்பலாம்.

தங்கள்
எஸ்.ஆர். சுந்தரம் (கண்ணன்)
பதிப்பாளர் – நிர்வாக இயக்குநர்

கடலும் வண்ணத்துப்பூச்சிகளும் ❖ நாவல் ❖ ஆசிரியர்: சுரேஷ்குமார இந்திரஜித் ❖ © சுரேஷ்குமார இந்திரஜித் ❖ முதல் பதிப்பு: டிசம்பர் 2019, இரண்டாம் (குறும்) பதிப்பு: நவம்பர் 2021 ❖ வெளியீடு: காலச்சுவடு பப்ளிகேஷன்ஸ் (பி) லிட்., 669, கே.பி. சாலை, நாகர்கோவில் 629001

kaTalum vaNNattu puuccikaLum ❖ Novel ❖ Author: Sureshkumara Indrajith ❖ © Sureshkumara Indrajith ❖ Language: Tamil ❖ First Edition: December 2019, Second (Short) Edition: November 2021 ❖ Size: Demy 1 x 8 ❖ Paper: 18.6 kg maplitho ❖ Pages: 104

Published by Kalachuvadu Publications Pvt. Ltd., 669 K.P. Road, Nagercoil 629001, India ❖ Phone: 91-4652-278525 ❖ e-mail: publications@kalachuvadu.com ❖ Printed at Adyar Students xerox Pvt. Ltd., No. 9, Sunkuraman street, Parrys, Chennai 600001

ISBN: 978-81-943027-4-2

11/2021/S.No. 919, kcp 3282, 18.6 (2) rss

மனைவி மல்லிகாவுக்கும்
மகள்கள் அபிநயா, ஸ்ரீஜனனிக்கும்

முன்னுரை

'கடலும் வண்ணத்துப்பூச்சிகளும்' என் முதல் நாவல். 1979ஆம் ஆண்டிலிருந்து சிறுகதைகள் எழுதிக்கொண்டிருக்கிறேன். நாவல் எழுத வேண்டும் என்ற ஆசை இருந்துகொண்டிருந்தது. தற்போது அந்த ஆசை நிறைவேறியுள்ளது. பெரும் நாவல்களுக்கு மத்தியில் ஒரு சிறுநாவல்.

இந்நாவலில் வரும் எழுத்தாளனின் நோபல் ஏற்புரையை எழுதுவதற்கு முன் பல நோபல் பரிசு பெற்றவர்களின் ஏற்புரையை இணையத்தில் தேடிப் பிரதி எடுத்தேன். பெரும்பாலான ஏற்புரை அரைப்பக்கம், ஒருபக்கம், ஒன்றரைப் பக்கம் என்ற அளவில் இருந்தது. அதில் மரியா வர்கஸ் லோஸாவின் ஏற்புரை அவர் நாட்டு மண்மணத்தோடு இருந்தது. அந்தத் தூண்டுதலில் இந்நாவலில் வரும் எழுத்தாளனின் நோபல் ஏற்புரையை உருவாக்கினேன்.

எழுத்தாளனின் பால்யகாலம், திருமண வாழ்க்கை, மனப்பான்மை, ரசனை ஆகியவற்றுடன் எழுத்தாளனின் ஐந்து குறுநாவல்களின் பகுதிகளும் இந்நாவலில் இடம்பெற்றுள்ளன. ஐந்து குறுநாவல் பகுதிகளும் வாசகரை எஞ்சியுள்ள எழுதாத பகுதிகளைக் கற்பனை கொள்ளவைக்கிறது. ஐந்து குறுநாவல் பகுதிகளும் வெவ்வேறு விதமானவை. இந்நாவலில் வரும் எழுத்தாளன் பன்முகத்தன்மை உடையவன்.

நான் எழுதும் மேசையின் வலப்பக்கச் சுவரில் மலர் மேல் அமர்ந்திருக்கும் வண்ணத்துப்பூச்சியின் அழகான கண்ணாடி ஓவியம் மாட்டப்பட்டுள்ளது. இந்த நாவலை எழுத மனதில் எண்ணம் தோன்றியபோது நாவலின் பின்னணியில் அழகியல் புனைவாக வண்ணத்துப்பூச்சிகள் உருக்கொண்டன.

கடற்கரையில் முடிவதுபோல் நாவலின் இறுதிப் பகுதி இருக்க வேண்டும் என்று நினைத்தேன். அப்போது பிரமிளின் 'வண்ணத்துப்பூச்சியும் கடலும்' கவிதை என் நினைவிற்கு வந்தது. இந்த நாவலுக்கு 'கடலும் வண்ணத்துப்பூச்சிகளும்' என்று தலைப்பு வைப்பது பொருத்தமாக இருக்குமென்று தோன்றியது. இந்நாவலைப்பற்றி நான் இங்கு விவரிக்கப்போவதில்லை. புனைவும் யதார்த்தமும் கலந்த நாவல் இது.

நண்பர்கள் சிவராமன், தேவேந்திர பூபதி, சுனில் கிருஷ்ணன் ஆகியோருக்கும் இந்நாவலை வெளியிடும் 'காலச்சுவடு' பதிப்பகத்திற்கும் என் நன்றிகள்.

மதுரை **சுரேஷ்குமார இந்திரஜித்**
05.08.2019

பாகம் – 1

1

நோபல் பரிசு பெற்ற இந்தியர் ஆதித்ய சிதம்பரம் ஏற்புரை

இந்தியாவில் எனக்கு முன்பாக ரவீந்திரநாத் தாகூர் இலக்கியத்திற்கான நோபல் பரிசை அடைந்திருக்கிறார் என்பதை நினைவு கூர்கிறேன். இந்தியா பல மொழிகள், பல கலாச்சாரங்கள், பழக்கங்கள் கொண்ட நாடு. இந்தியாவில் வசிக்கும் பெரும்பான்மையான மக்கள் இந்து மதத்தைச் சார்ந்தவர்கள். ராமாயணம், மகாபாரதம் என்ற இரு இதிகாசங்கள் இந்தியர்களின் கூட்டு சமூக மனோநிலையில் இடம் பெற்றுள்ளன. வாழ்வின் விசித்திரங்களையும், மனமோதல்களையும், பல்வேறு விதமான கதாபாத்திரங்களையும் கொண்ட மகாபாரதத்தை மதம் சார்ந்து அல்லாமல் நான் அறிந்த முதல் இலக்கியமாகக் கருதுகிறேன். மின்சாரம் இல்லாத எங்கள் பூர்வீக வீட்டில் போதுமான வெளிச்சம் இல்லாத ஓர் அறையில் மகாபாரதத்தைக் கண்டறிந்தேன். பழுப்பேறிய, கெட்ட நெடி அடிக்கும் புத்தகமாக அது இருந்தது. என் பூர்வீக ஊரில் இருந்த ஒரு நூலகத்தில் வண்ணத்துப்பூச்சிகளைப் பற்றிய ஒரு புத்தகத்தைப் படித்தேன். வண்ணத்துப்பூச்சிகளின் நிறங்கள் அழகானவை, வியப்பளிப்பவை, கவர்ச்சிகரமானவை. நான் எழுத ஆரம்பித்தபோது என் மனத்தில் வண்ணத்துப்பூச்சிகள் பறந்துகொண்டிருந்தன. அலைந்து திரிந்த வண்ணத்துப்பூச்சிகள் நான் கண்ட நிகழ்வுகளுக்குள் நுழைந்து, அவற்றை எழுதும்போது, வழக்கமானபாணியை மாற்றி அதிசயங்களையும், புனைவுகளையும், மிகு புனைவுகளையும், கற்பனைகளையும், கனவுகளையும் கொணர்ந்து சேர்த்து எழுத்தைப் புதுவிதமாக

மாற்றின. ஆரம்பத்தில், மனத்தில் ஸ்தூலமாகப் பறந்த வண்ணத்துப்பூச்சிகள் மறைந்து என் ஆழ்மனத்திற்குள் சென்று அமர்ந்துவிட்டன. தற்போது வண்ணத்துப்பூச்சிகளின் பிரக்ஞை இல்லாமலே எழுதுகிறேன். ஏனெனில் அவை என் பிரக்ஞையில் கரைந்துவிட்டன. அவை என் எழுத்தின் பாணியை உருவாக்கிவிட்டன; ஆனால் நான் வண்ணத்துப்பூச்சிகளை நினைத்துக்கொள்வேன். அவை அல்லவா என் எழுத்துக்களை உருவாக்கின, உருவாக்கிக் கொண்டிருப்பவை.

இந்திய மக்களின் மனத்தில் தொன்மையான கூறுகள் வசிக்கின்றன. இதிகாசங்களில் அதிசயங்கள், ஆச்சரியங்கள் இயல்பற்ற அம்சங்கள், புனைவுகள், சிருஷ்டிகரத்தன்மைகள் இருந்தாலும் அவற்றின் கதைகளும் காட்சிகளுமே மக்களுக்கு முக்கியமாகத் தோன்றுகின்றன. நவீன காலத்தில் இயல்பாகக் கதை சொல்லும்பாணியை இந்திய சமூக மனம் சுவீகரித்துக்கொண்டது. பெருங்களம் கொண்ட இயல்பு இலக்கியங்களுக்கு ரஷ்ய இலக்கியங்கள் இசைவாக இருக்கின்றன. நானோ பிரெஞ்சு, லத்தீன் அமெரிக்க இலக்கியங்கள் மீது காதல் கொண்டிருந்தேன். வித்தியாசமான பாணியின் மூலம் என் எழுத்துக்கள் உயிர் பெற்று வாழவேண்டும் என்று நான் விரும்பினேன். எனக்கு ஆங்கிலத்தில் எழுதுவது ஏற்றதாக இருந்ததால் நான் என் தாய் மொழியில் எழுதவில்லை. என் எழுத்துக்கள் உலக நாடுகளை அடைந்தன. நோபல் குழு எனக்கு அங்கீகாரம் அளித்துள்ளது. வண்ணத்துப்பூச்சிகள் இந்தப் பரிசை எனக்குக் கொண்டுவந்து சேர்ந்திருக்கின்றன. அவை என்னுள் சிறகடித்துக் கொண்டிருக்கின்றன. நன்றி. சியர்ஸ்.

2

ஆதித்ய சிதம்பரம், தமிழ் நாட்டைச் சேர்ந்தவர். தில்லி உயர்நீதிமன்றத்தில் வழக்கறிஞராகப் பணிபுரியச் சென்று அங்கேயே இருந்துவிட்டார். பல ஆண்டுகளாக ஆங்கிலத்தில் எழுதிவருகிறார். அவருடைய இரட்டை மனிதன் *(DUAL MAN)* என்ற நாவலுக்குத்தான் நோபல்பரிசு கிடைத்துள்ளது. அந்த நாவலில் வரும் சிறுவன், பெற்றோர்களின் அன்பிற்குரியவனாக இருக்கிறான். மரம், செடி, கொடிகளுடன் பேசுவதை அவன் வழக்கமாகக் கொண்டிருக்கிறான். அவற்றிடம் அவன் தன் விருப்பு வெறுப்புகளையும், பள்ளி, குடும்பத்தில் நடப்பதையும் பேசுவான். அவன் அவ்வாறு பேசிக்கொண்டிருப்பதைப் பார்த்த அவனுடைய அம்மா, அவனைக் கோபித்துக் கொள்கிறாள். இருந்தாலும் அவன் அதை நிறுத்தவில்லை. பெற்றோர்களின்

கண்களில் படாமல் பேசிக்கொண்டிருக்கிறான். அவனின் தந்தை அவனிடம் இன்னொரு சிறுவனாக மாறி விளையாடிக் கொண்டிருப்பார். இந்நிலையில் அவர்கள் அனைவரும் காரில் சென்றுகொண்டிருக்கும் போது ஒரு விபத்து ஏற்படுகிறது. தந்தையும் தாயும் இறந்துவிடுகிறார்கள். சிறுவன் பிழைத்துக் கொள்கிறான். சிறுவனின் பெயர் சித்தரஞ்சன். மனநிலை பாதிக்கப்படுகிறான். தாவரங்களிடம் தன் நிலையைப் பற்றிப் பேசுகிறான். ஒரு மலர்ச்செடியுடன் பேசிக்கொண்டிருக்கும்போது மலர்கள் உதிர்ந்து விழுகின்றன. அவன் அந்த மலர்களில் இரண்டு மலர்களை கையில் ஏந்தி அழுகிறான்.

தந்தை தாயை இழந்த அவன் தாத்தா பாட்டியிடம் வாழ்கிறான். தாத்தா விவசாயி. பாட்டியிடமே அவன் வளர்கிறான். பாட்டி அவனுக்கு மாயக்கம்பளம் என்ற பறக்கும் கம்பளத்தின் கதையைச் சொல்கிறாள். தினமும் அவள் கற்பனை பண்ணும் கதையைச் சொல்கிறாள். சித்தரஞ்சனும் தான் இட்டுக்கட்டும் கதையை அந்த கதையோடு இணைத்துக்கொள்கிறான். மாயக்கம்பளம் கதை இவ்விதமாக வருடக்கணக்கில் நீள்கிறது. மாயக்கம்பளம், சஞ்சய் என்ற சிறுவனுக்கும் ராகினி என்ற சிறுமிக்கும் உடமையானது. அவர்களின் சாகசமே மாயக்கம்பளம். கெட்டவர்களை அழிக்கிறார்கள், நீதியை நிலைநாட்டுகிறார்கள். அரசனின் அங்கீகாரத்தைப் பெறுகிறார்கள். அவர்கள் இருவரும் வளர்ந்து ஆளாகும் தருணத்தில், சித்தரஞ்சனின் பாட்டி இறந்துவிடுகிறாள். மாயக்கம்பளம் கதை முடிவுக்கு வருகிறது. சித்தரஞ்சனும் கால நீட்சியில் பெரியவனாகிறான். தாத்தா துணையிருக்கிறார். விவசாயத்தில் உதவி செய்கிறான். படிப்பு முடிந்த நிலையில் நகரத்திற்கு வேலைக்குச் செல்வதாக கூறிவிட்டு நகரத்திற்கு வந்து ஒரு மேன்சனில் தங்குகிறான். அறையில் ஒரு பெரிய நிலைக்கண்ணாடி இருக்கிறது. அதன் முன் சித்தரஞ்சன் நின்று தன்னைப் பார்த்துக்கொண்டிருக்கும்போது அவன் இரண்டு மனிதனாகப் பிரிகிறான். ஒருவன் பெயர் மாயரஞ்சன், இன்னொருவன் பெயர் கானரஞ்சன். மாயரஞ்சன் அவநம்பிக்கையின் குறுவாளை கையில் ஏந்தியிருக்கிறான். கானரஞ்சன் அன்பு எனும் மலரை கையில் ஏந்தியிருக்கிறான். இருவரும் இருவேறு திசையில் பிரிகிறார்கள். யதார்த்தம் எப்படியிருக்கிறது என்றால், அன்பு என்னும் மலரை ஏந்தியிருப்பவனுக்கு கசப்பும், துரோகமும், அவமானமும் ஏற்படுகின்றன. மனிதாபிமானம் என்றால் என்னவென்றே தெரியாத மனிதர்களைச் சந்திக்கிறான். சந்திக்கும் மனிதர்கள் ஏமாற்றுக்காரர்களாக இருக்கிறார்கள். சந்திக்கும் பெண்கள் துயரத்தில் தோய்ந்தவர்களாக இருக்கிறார்கள். துரதிருஷ்டம் அவனைப் பின் தொடர்கிறது.

அவநம்பிக்கையைக் குறுவாளாக ஏந்தியிருப்பவனுக்கு நல்லவர்கள் சந்திப்பு கிடைக்கிறது. அவனுக்கு அதிசயம் போல, அதிர்ஷடம் போல நிகழ்ச்சிகள் நடக்கின்றன. சந்திக்கிறவர்கள் எல்லாம் அவனுக்கு உதவி செய்பவர்களாக இருக்கிறார்கள். மாயரஞ்சன் வேலைக்காக ஓரிடத்திற்குச் செல்ல வேண்டியிருக்கிறது. பஸ்ஸில் ஏறி உட்கார்ந்ததற்குப் பின்னால்தான் தெரிகிறது பஸ் கட்டணம் அதிகம் என்று. அந்த இடத்திற்குச் சென்று வேலையை முடித்துவிட்ட பின் அவனுக்கு பசி ஏற்படுகிறது. வேறு வழியில்லாமல் கையில் இருக்கும் பணத்தில் பழம் வாங்கி உண்கிறான். பஸ் கட்டணத்திற்கான பணம் குறைந்துவிடுகிறது. அந்த சமயத்தில் தன் கூட பள்ளியில் படித்த இருதயராஜ் என்பவரின் ஊர் பக்கத்து ஊர் என்று நினைவு வருகிறது. என்ன ஆச்சர்யம். இவ்வாறு நினைத்த கணம் அவன் எதிரே வந்துகொண்டிருக்கிறான். மாயரஞ்சனை அடையாளம் கண்டு அளவளாவி அணைத்துக்கொள்கிறான். அவன் செல்லும் ஊருக்கே செல்வதாகக் கூறி இருதயராஜும் அதே பஸ்ஸில் ஏறி மாயரஞ்சனுக்கும் சேர்த்து டிக்கெட் எடுக்கிறான்.

இன்னொரு சம்பவத்தில் அரசாங்கப் பரீட்சை எழுத தவறான தேர்வு மையத்திற்கு மாயரஞ்சன் சென்றுவிடுகிறான். தன் பதிவு எண்ணைத் தேடும்போது அந்த எண் அங்கு இல்லை என்று தெரிந்த பின், அவன் நன்றாகப் பார்க்கிறான். பிறகு தான் தெரிகிறது. அவன் மையம் மாறி வந்திருக்கிறான் என்பது. திகைத்து வெளியே வந்து நின்றபோது அதிர்ஷடத்தின் தூதுவன் போல ஒருவன் வந்து அவனை விசாரிக்கிறான். அவன் இந்த இடத்திற்குச் செல்ல வேண்டும் என்று கூறிய போது அவன் உதவி செய்வதாகக் கூறுகிறான். தன்னுடைய மோட்டார் சைக்கிளில் அவனை ஏற்றி அந்த மையத்தை நோக்கிச் செல்கிறான். பரீட்சை துவங்கி அரைமணி நேரத்திற்குப் பின் சென்றால் பரீட்சை அறைக்குள் அனுமதி இல்லை. உதவிக்கு வந்தவன் மோட்டார் சைக்கிளில் பறக்கிறான். ஐந்து நிமிடத்திற்கு முன் இலக்கை அடைந்துவிடுகிறான். மாயரஞ்சன் நன்றி சொல்லிவிட்டு பரீட்சை அறைக்குள் நுழைகிறான். மேற்பார்வையாளர் இரண்டு நிமிடம் இருக்கிறது என்று கூறி பரீட்சை எழுத அனுமதிக்கிறார். அவன் அந்த பரீட்சையில் தேர்வாகி பின்னர் அரசு உத்தியோகத்தில் சேர்கிறான்.

கானரஞ்சன் துரதிருஷ்டத்தின் பிடியில் சிக்கித் தவிக்கிறான். வேலைக்குச் சேர்ந்த இடத்தில் முதலாளி அவமதிக்கிறார். தன்மானம் இழந்தவனாக வாழ்கிறான். வேறு இடத்திற்கு வேலையில் சேர்ந்த போதும் நிலைமை இன்னும் மோசமாக இருக்கிறது. கூட வேலை பார்க்கும் பெண் மீது தெரியாமல் இடித்துவிட்டதற்கு

அவள் செருப்பைக் கழற்றி அவனை அடிக்கிறாள். கூட வேலை பார்க்கிறவர்களும் கானரஞ்சனை அடிக்கிறார்கள். வேலை போய்விடுகிறது. வறுமையில் உழல்கிறான். ஓர் இடத்தில் வேலைக்கு சேர்ந்து சொற்ப சம்பளத்தில் வாழ்கிறான். சொற்ப உணவு உண்டு, அதிலும் மிச்சம் பிடித்து சேமித்து வைக்கிறான். ஒருநாள் அவன் அறையில் கூடத் தங்கியிருந்தவன் அந்தப் பணத்தை எடுத்துக்கொண்டு ஓடிவிடுகிறான்.

ஒருமுறை, வாடகை சைக்கிளில் சென்றுகொண்டிருந்த கானரஞ்சனின் முன் ஒரு குப்பை லாரி சென்று கொண்டிருந்தது. குப்பை பறக்காமல் இருக்க அதன்மேல் ஒரு படுதாவைக் கட்டி அது பறக்காமல் இருக்க அதன்மேல் ஒரு கல்லை வைத்திருந்தார்கள். லாரியின் ஓட்டத்தில் கல் நகர்ந்து நகர்ந்து கானரஞ்சன் ஓட்டி வந்த சைக்கிள் முன் விழுகிறது. அந்தக் கல்லின் மீது மோதி அவன் சைக்கிளோடு கீழே விழுகிறான். கையில் எலும்பு முறிவு ஏற்பட்டு அரசு மருத்துவமனையில் சிகிச்சை பெறுகிறான். இவ்வாறு நாவல் செல்கிறது.

இறுதி அத்தியாயத்தில் அவநம்பிக்கையைக் குறுவாளாக ஏந்தியிருந்த மாயரஞ்சன், அதிர்ஷ்டமும் மனிதர்களும் தனக்கு உதவியாகவும் ஆதரவாகவும் இருப்பதை உணர்ந்து, ஒரு கடற்கரைக்குச் சென்று குறுவாளை கடலில் எறிகிறான். அன்பெனும் மலரை கையில் ஏந்தியிருந்த கானரஞ்சன், துரதிருஷ்டமும், மனிதர்களும் தனக்கு துரோகமாகவும் தன்னை அவமதிப்பதாகவும் இருப்பதை உணர்ந்து கையில் ஏந்தியிருக்கும் அன்பு என்னும் மலரைச் சாக்கடையில் வீசுகிறான்.

சித்தரஞ்சன் அந்த பெரிய நிலைக்கண்ணாடியின் முன் நிற்கிறான். கானரஞ்சனும், மாயரஞ்சனும் இணைந்து சித்தரஞ்சனாக மாறுகிறார்கள். நாவல் முடிகிறது.

3

ஸ்வீடன் நாட்டிலிருந்து இந்தியா திரும்பி வந்தபோது, இந்திய அரசாங்கத்தின் அதிகாரிகள் ஆதித்ய சிதம்பரத்தை விமான நிலையத்தில் சந்தித்து பிரதமரையும், ஜனாதிபதியையும் சந்திக்க வேண்டும் என்று கூறி அவரைப் பாதுகாப்போடு மிக முக்கியமான நட்சத்திர தங்கும் விடுதிக்கு அழைத்துச் சென்றார்கள். ஜனாதிபதியும், பிரதமரும், தமிழ்நாட்டு முதலமைச்சரும், எதிர்க்கட்சித் தலைவரும், மற்ற முக்கியஸ்தர்களும் ஆதித்ய சிதம்பரத்தைப் பாராட்டி அறிக்கை வெளியிட்டிருந்தார்கள்.

விமான நிலையத்திலிருந்து வெளியே வந்ததும் நிருபர்கள் சூழ்ந்து கொண்டார்கள். பேட்டி நடந்தது.

கேள்வி: நீங்கள் நோபல் பரிசை எதிர்பார்த்தீர்களா? எப்படி உணர்கிறீர்கள்?

பதில்: நான் எப்படி எதிர்பார்க்க முடியும். சந்தோஷமாக உணர்கிறேன்.

கேள்வி: நீங்கள் தமிழ்நாட்டைச் சேர்ந்தவர் ஏன் தமிழில் எழுதவில்லை?

பதில்: இதற்கான பின்னணியை நான் ஓரளவிற்கு என்னுடைய நோபல் ஏற்புரையில் கூறியுள்ளேன்.

கேள்வி: தமிழில் இனிமேல் எழுதுவீர்களா?

பதில்: எழுத நினைத்திருக்கிறேன். முதலில் குறுநாவல்கள்.

கேள்வி: ஏன் இந்த மாற்றம்?

பதில்: அந்த குறுநாவல்கள் பதில் சொல்லும்

கேள்வி: உங்கள் மனைவி எப்படி உணர்ந்தார்கள்?

பதில்: எனக்கு மனைவி கிடையாது.

கேள்வி: உங்களுக்கு அச்சுறுத்தல் ஏதும் உள்ளதா?

பதில்: நோபல் பரிசு வாங்கியுள்ளதால் இனிமேல்தான் சர்ச்சை ஏற்படுத்துவார்கள். படிக்கப் போகிறார்கள். அவர்கள் எதைப் படித்து எப்படி அச்சுறுத்தப் போகிறார்கள் என்பதைப் பொறுத்திருந்துதான் பார்க்கவேண்டும். எனக்கு ஒரு வசதி இருக்கிறது. பெரும்பாலானவர்கள் ஆங்கில நாவல் படிப்பதில்லை.

கேள்வி: இந்திய மக்களுக்கு நீங்கள் பெருமை சேர்த்திருக்கிறீர்கள் அவர்களுக்குச் சொல்ல விரும்புவது என்ன?

பதில்: பழமை பாரங்கள் போல் அழுத்திக் கொண்டிருக்கிறது. தொல் நாகரிகம் கொண்ட நாடுகளில் இவ்வாறு ஏற்படுகிறது. வெளியே வாருங்கள். புதிய காற்றை சுவாசியுங்கள். உங்கள் கைகளில் புதிய இந்தியா உருவாகட்டும்.

கேள்வி: உங்கள் நாவல்கள் மூலம் மக்களுக்கு என்ன செய்தியைச் சொல்கிறீர்கள்?

வரும் கேள்விகளினால் ஆதித்ய சிதம்பரத்திற்கு சலிப்பு ஏற்படுகிறது. "என் நாவலைப் படித்தவர்கள் எவரேனும் என்னைப் பேட்டி காண வந்தவர்களில் இருக்கிறீர்களா" என்று கேட்கிறார். அமைதி நிலவுகிறது. அவர் வெளியேறுகிறார். பாதுகாப்புக் காவலர்கள் உடன் செல்கின்றனர்.

சுரேஷ்குமார இந்திரஜித்

பிரதமருடனான சந்திப்பு நடைபெறுகிறது. ராஜீய ரீதியான அறிக்கை போன்ற உரையாடல். பிரதமர் டில்லியில் அவருக்கு வீடு ஒன்று பரிசளிப்பதாகத் தெரிவிக்கிறார். ஆதித்ய சிதம்பரத்தின் நோபல் ஏற்புரையைப் பார்த்ததாகவும், தனக்கு தாகூரின்*"The butterflies spread their sails on the sea of light. Lilies snd jasmines surge up on the crest of the waves of light"*என்ற வரிகள் நினைவுக்கு வருவதாகவும் கூறினார். அரசாங்க இயந்திரத்திற்குப் பின் அறிவாளிகள் இருக்கிறார்கள் என்று ஆதித்ய சிதம்பரத்திற்கு தோன்றியது. "அருமையான வரிகள்" என்றார், ஆதித்ய சிதம்பரம்.

நோபல் பரிசை அடைந்ததின் மூலம் இந்தியாவிற்கு பெருமை சேர்த்துவிட்டீர்கள் என்று கூறி ஜனாதிபதி மேலும் சில வரிகள் கூறினார். அவரின் உச்சரிப்பு ஆதித்ய சிதம்பரத்திற்குப் பிரச்சனையாக இருந்ததால் சரியாக என்ன சொன்னார் என்று தெரியவில்லை.

ஆதித்ய சிதம்பரத்திற்கு ரஞ்சனாவைச் சந்திக்க வேண்டும் போலிருந்தது.

ஆதித்ய சிதம்பரம் தங்கியிருக்கும் ஒட்டல் அறைக்கு வருவதற்கு முன்பாகவே ரஞ்சனாவிற்கு மொபைல் மூலம் தொடர்புகொண்டு வரச் சொல்லிருந்தார். ரஞ்சனா வரவேற்பறை யில் அமர்ந்திருந்தாள். ஆதித்ய சிதம்பரம் பல நபர்கள் சூழ ஒட்டலுக்குள் நுழைவதைப் பார்த்து எழுந்து நின்றாள். அவர் அவளின் கையைப் பற்றி அழைத்துச்சென்றார். சுற்றியிருந்த நபர் களிடம் ஒய்வெடுக்கப் போவதாகக் கூறினார். ரஞ்சனாவையும், ஆதித்ய சிதம்பரத்தையும், ஊடகம், பத்திரிகைகளைச் சேர்ந்தவர்கள் போட்டோ எடுத்தார்கள்.

கதவைச் சாத்தி தாழ்போட்டார். ரஞ்சனா அவரை கட்டிப் பிடித்தாள். உதட்டில் முத்தமிட்டுக் கொண்டே இருவரும் கட்டிலில் சாய்ந்தார்கள்.

சிறிது நேரத்தில் இருவரும் எழுந்து உட்கார்ந்துகொண்டார்கள்.

"உலக எழுத்தாளர்" என்றாள் ரஞ்சனா.

"ஊடகமும், பத்திரிகையும் பெரிய பிரச்சனை. எதைப் பற்றியும் என்னிடம் கருத்துக் கேட்பார்கள். நான் பதில் சொல்ல வேண்டும். பிறகு சுதந்திரத்திற்குப் பிரச்சனை" என்றார்.

ரஞ்சனா "பீர் சாப்பிடலாமா" என்றாள். "சரி" என்றார். தொலைபேசி மூலம் பீர் கொண்டு வரச் சொன்னார். பீர் வந்தது. ரஞ்சனா நீலக்கலரில் லெக்கின்சும் மேல் சட்டையும் அணிந்திருந்தாள்.

"தாகூருக்குப் பின் நோபல் பரிசு வாங்கியவர். இந்திய வரலாற்றில் உங்கள் பெயர் பொறிக்கப்பட்டுவிட்டது. தாகூர் பாணி எழுத்துக்கள் இந்தியாவில் பிரபலமாக உள்ளது. இந்திய வாசகர் மனநிலைக்கு உங்கள் எழுத்துக்கள் பொருந்தாது. புரியவில்லை என்பார்கள். பிராந்திய மொழிகளில் உங்கள் தாய்மொழியில் கூட நீங்கள் பிரபலமடையமாட்டீர்கள். அறிவாளியின் எழுத்துக்கள் என்று ஒதுங்கிவிடுவார்கள். இந்தியாவில் இருக்கும் உங்களுக்கு ஆங்கிலம்தான் பொருத்தமானதாக அமையும்" என்றாள் ரஞ்சனா.

"ஏன் அப்படி" என்றார் ஆதித்ய சிதம்பரம்.

"நீங்கள் இந்திய வாழ்க்கையை எழுதவில்லை. உலக வாழ்க்கையைப் பற்றி எழுதுகிறீர்கள். உலக மனிதனைப் பற்றி எழுதுகிறீர்கள். அவர்கள் இந்திய மனிதனாகவும் இருக்கிறார்கள் என்று நினைக்கிறேன்" என்றாள்.

"இருந்துவிட்டுப் போகட்டும். என் அருகில் வா உன்னைத் தீண்டுவதால் ஏற்படும் இன்பம் எனக்கு வேண்டும்" என்றார்.

அவள் அவரை நெருங்கினாள்.

4

மழை நின்றுவிட்டது. ஊர் சகஜ நிலைக்கு வரவில்லை. கடல் கொந்தளிப்பு அடங்கிவிட்டது. "இப்படி ஆகும் என்று தெரிந்திருந்தால் அரிசி வாங்கி வைத்திருப்பேன். செட்டியார் கடையை எப்போது திறப்பார் என்று தெரியவில்லையே. சந்தைப் பேட்டையில் கடைகள் திறந்திருக்கலாம். ரொம்ப தூரம். ஊரே வெள்ளக்காடாக இருக்கிறது. இன்று ஒரு நாள் தாக்குப் பிடிக்கலாம். ஒரு வேளை சாப்பாடுதான், நாளை செட்டியார் கடையைத் திறந்துவிடுவார்" என்று அம்மா புலம்பிக் கொண்டிருந்தாள்.

தெருவில் உள்ளவர்கள் கோயில் மடப்பள்ளிக்குச் சென்று அங்கு தரும் 'உண்டக்கட்டியை' வாங்கி வந்து சாப்பிட்டார்கள். அதற்குக் கூட்டம் அதிகமாக வந்து அடிதடி ஆகிவிட்டது. சிலருக்குக் கிடைக்காமல் போய்விட்டது. தவிர கோயிலுக்குள்ளும் கடல் நீர் புகுந்துவிட்டது. நேற்று மடப்பள்ளியைத் திறக்கவில்லை. விறகு தீரப்போகிறது என்றார்கள்.

ஆதித்ய சிதம்பரம் திண்ணையில் உட்கார்ந்திருந்தான். திடீரென்று வானில் ஏதோ சத்தம் கேட்டது. தெருவில் நிற்கும் தண்ணீரில் இறங்கி அண்ணாந்து பார்த்தான். விமானம் மாதிரி

ஏதோ பறந்துகொண்டிருந்தது. வீட்டில் உள்ளவர்கள் தெருவில் இறங்கி மேலே பார்த்தார்கள். தெருவின் முடிவில் ராமர் திடல் இருந்தது. அது மேடான பகுதி. நீர் இல்லை, பக்கத்து வீட்டில் இருந்த டேபிள்விஸ்வநாத பிள்ளை "அது ஹெலிகாப்டர். உதவிக்கு வந்திருக்கிறது" என்றார்.

தெருவில் உள்ளவர்கள் ராமர்திடலை நோக்கி ஓட ஆரம்பித்தார்கள். தெருவில் இறங்கி நின்றிருந்த அம்மாவும், பாட்டியும் "நீயும் ஓடு" என்றார்கள் ஆதித்ய சிதம்பரத்தைப் பார்த்து. அவன் ஓடினான். அதற்குள் திடலில் கூட்டம் கூடிவிட்டது. ஹெலிகாப்டரிலிருந்து பொட்டலங்கள் விழுந்தன. உணவுப் பொட்டலங்களைக் கூட்டம் முண்டியடித்துப்பொறுக்கியது. ஆதித்ய சிதம்பரத்திற்கு என்ன செய்வதென்று தெரியவில்லை. கூட்டத்தின் ஊடாக அங்கும் இங்கும் ஓடினான். ஒன்றும் கிடைக்கவில்லை. பொட்டலத்தை எடுத்தவர்களின் ஆரவாரக் கூச்சல் எழுந்தது. அவன் மனதைத் தோல்வி கவ்வியது. வட்டமடித்துக் கொண்டிருந்த ஹெலிகாப்டர் உயரப் பறப்பது போலிருந்தது. அந்த சமயத்தில் அவன் முன்பாக ஒரு பொட்டலம் விழுந்தது. அவன் உடனே அதை எடுத்து நெஞ்சோடு அணைத்துக் கொண்டு வீட்டை நோக்கி ஓடினான். ஹெலிகாப்டர் உயரப் பறந்து வேறு பக்கம் சென்றது.

அவன் ஓடிக்கொண்டிருந்தான். வேறு யாரும் வந்து பொட்டலத்தைப் பறித்துவிடுவார்களோ என்ற பயம் ஏற்பட வேகமாக ஓடினான். வாசலில் அம்மாவும், பாட்டியும் நின்றிருந்தார்கள். அவன் அவர்களைக் கடந்து வீட்டிற்குள் சென்று நின்றான். இளைத்தது. நெஞ்சம் வேகமாகத் துடித்தது. அம்மாவும் பாட்டியும் வீட்டிற்குள் வந்தார்கள். அம்மா அணைத்துக்கொண்டாள்.

பொட்டலத்தை அம்மா பிரித்தாள். ரவா உப்புமா இருந்தது. சற்றுப் பெரிய பொட்டலமாக இருந்ததால் நிறைய இருந்தது. காலையில் ஒருவரும் சாப்பிடவில்லை. இருக்கிற அரிசியை மதியத்திற்கு பொங்கிக் கொள்ளலாம் என்று அம்மா சொல்லியிருந்தாள். நாளைக்குள் விடிவு வந்துவிடும் என்று நினைத்திருந்தாள்.

"இன்று மதியம் ரவா உப்புமாவைச் சாப்பிடுவோம். இன்றைக்கு பொங்க வைத்திருந்த அரிசியை நாளைக்கு வைத்துக் கொள்வோம்" என்றாள் அம்மா.

அன்று மதியம் மூவரும் ரவா உப்புமா சாப்பிட்டார்கள்.

5

ரேஷன் கார்டை கையில் வைத்துக்கொண்டு பெரிய பையுடன் நடந்துகொண்டிருந்தான். ஆதித்ய சிதம்பரம். சுமார் 5 கி.மீ தூரம் நடக்கவேண்டும். வெயில் வந்துவிட்டது. தெற்கு கோபுரத் தெரு வழியாகச் சென்றான். வடக்குகோபுரத் தெரு வழியாகவும் செல்லலாம். வடக்கு கோபுரத் தெருவில்தான் சந்திரக்குமார் வீடு இருக்கிறது. அவனை ஆதித்ய சிதம்பரத்திற்கு பிடிக்காது. மேலும் பள்ளிக்கூடம் வேறு அந்தப் பகுதியில் இருக்கிறது. தெற்குக் கோபுரத் தெரு வீடுகளின் திண்ணைகளில் ஐயர்கள் மேல்சட்டையில்லாமல் பூணூலுடன் கையில் அட்டையையோ, விசிறியையோ வைத்து வீசிக்கொண்டிருந்தார்கள்.

ரேஷன் கடையில் நின்றிருக்கும் கூட்டத்தை நினைக்கும்போது பயமாக இருந்தது. ஆண்கள் ஒரு பக்கமும், பெண்கள் ஒரு பக்கமும் கூட்டமாக நிற்பார்கள். ஒரே கவுண்ட்டர்தான். அதற்குள் கையை நுழைத்து ரேஷன் கார்டை கொடுக்க வேண்டும். பணத்தையும் கொடுக்க வேண்டும். சில்லறை இல்லை என்றால் சிரமம் என்பதால் அம்மா சரியான பணம் கொடுத்திருந்தாள். பில்லை வாங்கிக்கொண்டு கூட்டத்திலிருந்து விடுபட்டு வாசல் வழியே உள்ளே செல்ல வேண்டும். அங்கே ஒரு சிறு வரிசை இருக்கும். பில்லை நிறுவையாளரிடம் கொடுத்து அரிசி வாங்க வேண்டும். மனதிற்குள் கவலையாக இருந்தது. பலசரக்குக் கடையில் அரிசி அதிக விலையாக இருந்தது. ரேஷன் கடையில் அரிசி வாங்கி வந்தால்தான் அடுத்த நாள் சாப்பாடு சிரமமில்லாமல் நடக்கும்.

தூரத்தே ரேஷன் கடை தெரிந்தது. ஒரே கூட்டம். வரிசையாக நிற்காமல் கும்பலாக நின்றிருந்தார்கள். அதற்குள் நுழைந்து கவுண்ட்டர் அருகே செல்ல வேண்டும். கும்பலில் ஒருவனாக நின்றிருந்தான். இவனுக்குப் பின்னாலும் கூட்டம் கூடிக் கொண்டிருந்தது. வியர்த்துக்கொண்டிருந்தது. ஒரு மணி நேரத்திற்கும் மேல் ஆகிவிட்டது. கவுண்ட்டர் அருகே நெருங்கி விட்டான். கவுண்ட்டரை அடைத்துவிடுவாரோ என்ற கற்பனை ஏற்பட்டது. பணத்துடன் கையை நுழைத்துவிட்டான். பில் கொடுத்துவிட்டார். கூட்டத்திலிருந்து விடுபட்டு நிறுவையாளர் அரிசியை நிறுத்துப்போடும் இடத்திற்கு வந்து வரிசையில் நின்றான். அரிசியைப் பையில் போடும்போது பையை அகலமாகப் பிடிக்கவேண்டும். ஒவ்வொரு தடவையும் அந்த வேலையை அவனால் சரியாக செய்ய முடிவதில்லை. அரிசி கொஞ்சம் கீழே கொட்டிவிடும். இப்போதும் அப்படித்தான் ஆகியது. நிறுவையாளர் “ஒழுங்கா பிடிக்க மாட்டியா” என்று கூறி தலையில் குட்டினார். பையை எடுத்துக்கொண்டு கூட்டத்தைத்

தாண்டி வெளியே வரவேண்டும். யாராவது தட்டிவிட்டால் அவ்வளவுதான் அரிசி கொட்டிவிடும். ஒரு வழியாக வெளியே வந்தான். அரிசிப்பை வழக்கம் போல் கனமாக இருந்தது.

திரும்பவும் வீட்டிற்கு நடக்கவேண்டும். வழக்கமாக நான்கைந்து தடவை வீட்டுத்திண்ணைகளில் வைத்து சற்று நேரங்கழித்துத்தான் தூக்கிவருவான். கிழக்கு கோபுரத் தெருவை அடையும்போது செருப்பு அறுந்துவிட்டது. செருப்புத் தைக்கிறவர் இந்த பகுதியில் இருக்கமாட்டார். அதற்கு வேறு பகுதிக்கு செல்ல வேண்டும். தவிர கையில் வேறு காசு ஏதும் அவனிடம் இல்லை.

இடதுகையில் செருப்புகளை எடுத்துக்கொண்டு வலது கையில் அரிசிப்பையைத் தூக்கிக்கொண்டு நடப்பது சிரமமாக இருந்தது. காலில் வெயிலின் சூடு ஏறியது. ஓட முடியாமல் ஓடி நிழலில் நின்றான். அவனுக்குத் துயரமாக இருந்தது. இப்படித்தான் ஏதாவது நடந்துவிடுகிறது. சந்திரக்குமார் எதற்காக தன்னிடம் மட்டும் வம்பிழுக்கிறான் என்று தெரியவில்லை. கணக்கு வாத்தியார் ஏன் அவனையே பார்த்துக்கொண்டிருக்கிறார், அவனிடமே கேள்வி கேட்கிறார் என்று தெரியவில்லை.

“நான் ஒருநாள் அரிசிக்கடை வைப்பேன்” என்று நினைத்துக் கொண்டான். வீடு தெரிந்தது. வாசலில் பாட்டி நின்றிருந்தாள். அவனைப் பார்த்ததும் ஓடி வந்து அரிசிப்பையை வாங்கிக் கொண்டாள். “பாட்டி செருப்பு அந்துபோச்சு” என்றான் ஆதித்ய சிதம்பரம்.

6

அழுகைச் சத்தம் ஒலித்துக் கொண்டிருந்தது. அப்பாவை மரப்பெஞ்சில் கிடத்தியிருந்தார்கள். ஆதித்ய சிதம்பரத்திற்கு எதுவும் சரியாகப் புரியவில்லை. அப்பாவை வெள்ளைத் துணியால் பொட்டலம் மாதிரி கட்டியிருந்தார்கள். முகம் தெரியவில்லை. அப்பாவை ஒருவன் கொன்றுவிட்டான் என்றார்கள். அம்மா கதறி அழுதுகொண்டிருந்தாள். பாட்டி அவளை அணைத்துக் கொண்டிருந்தாள். கணவர் இருந்த போதும் பயனில்லை. ஆனால் ஒரு ஆம்பளை கூட இருந்தார். இனிமேல் எப்படி வாழ்வது, விறகு விற்று வரும் பணத்தில் வருங்காலத்தை எப்படி ஓட்டுவது என்றெல்லாம் ஆதித்ய சிதம்பரத்தின் அம்மாவிற்கு மனம் குழம்பிக் கொண்டிருந்தது.

உறவினர்கள் கொந்தளித்துக் கொண்டிருந்தார்கள். ஒன்றிரண்டு போலீஸ்காரர்கள் இருந்தார்கள். ஆதித்ய சிதம்பரத்தின் சட்டையை அவிழ்க்கச் சொன்னார்கள். டிரவுசருடன்

நின்றிருந்தான். அம்மாவும் சுற்றியிருப்பவர்களும் அழுவதால் அவனுக்கும் அழுகை குமுறிக் கொண்டுவந்தது. ஒரு பெரியவர் தன்னருகே அவனை இருத்திக்கொண்டார்.

பாடையில் அப்பாவை வைத்துத் தூக்கினார்கள். அவனிடம் கொள்ளிச்சட்டியைக் கொடுத்தார்கள். அவன் அதை வாங்கிக் கொண்டு "அனலடிக்குது" என்றான்.

அவனுடைய அப்பாவை தகன மேடையில் வைத்திருந்தார்கள். அவனிடம் கொள்ளிக் குச்சியைக் கொடுத்து எருக்களிடையே உள்ள இடத்தில் வைக்கச் சொன்னார்கள். அவன் வைத்தான். திரும்பிப் பார்க்காமல் அவனை நடக்கச் சொன்னார்கள்.

அவன் மொட்டைத் தலையுடன் நடந்துகொண்டிருந்தான். "நான் பெரியவனாகி அவனை ஒருநாள் கொலை செய்வேன்" என்று மனதுக்குள் நினைத்துக்கொண்டான்.

7

ஆதித்ய சிதம்பரம் அந்த ஓட்டலின் முன் நின்றுகொண்டிருந்தான். கையில் ஒரு பை. அதில் சில சட்டைகளும், டிரவுசர்களும், துண்டும் இருந்தன. கல்லாவில் உட்கார்ந்திருந்தவரிடம் கேட்டான். "ஏதாவது வேலை இருந்தா கொடுங்க"

"என்ன வேலை செய்வே?"

"எச்சி எலை எடுக்கிறேன். சாப்பாடு போடுவீங்களா?"

"எந்த ஊரு, அப்பா அம்மா இருக்காங்களா?"

கற்பனையாக ஒரு ஊரைச் சொல்ல வேண்டும் என்று அவனுக்குத் தோன்றியது.

"ராமநாதபுரம்... அம்மா அப்பா பாட்டி இறந்து போயிட்டாங்க. நான் அனாதை" என்றான்.

அம்மாவையும், பாட்டியையும் அப்பாவை செய்த மாதிரியே பொட்டலமாக வெள்ளைத் துணியால் கட்டியிருந்தார்கள். அது கொலை. இது தற்கொலை.

கல்லாவில் அமர்ந்திருந்தவர் "காளி இங்கே வா" என்றார். ஒருவர் வந்தார். "இந்த பையன் இங்கேயே இருக்கட்டும். எலை எடுக்குற வேலைக்கும் எடுபிடிக்கும் வைச்சுக்குவோம்" என்றார். "வீட்டை விட்டு ஓடி வந்துட்டியாடா" என்றார் காளி. "இல்லை அனாதை" என்றான் ஆதித்ய சிதம்பரம்.

சுரேஷ்குமார இந்திரஜித்

காலையில் சீக்கிரம் எழுந்துகொள்ள வேண்டும். பாத்திரம் கழுவுகிறவர்களுக்கு உதவி செய்ய வேண்டும். ஓட்டல் ஆரம்பித்த பின் சாப்பிட்டு முடித்தவர்களின் இலையை கவனத்துடன் எடுத்து வாளியில் போட்டு, பின்னால் இருக்கும் தொட்டியில் போட வேண்டும். இரவு வேலையை முடிக்க நேரமாகிவிடும். சாப்பாடு கொடுத்துவிடுவார்கள். ருசியாக சாப்பிட முடியாது. அவர்கள் கொடுப்பதுதான். ராத்திரி படுத்தவுடன் தூங்கிவிடுவான். காலையில் எழுப்பிவிடுவார்கள்.

இப்படியே நாட்கள் ஓடிக் கொண்டிருந்தன. ஒருநாள் இலை எடுக்கும்போது நாற்காலியில் உட்கார்ந்திருந்தவரின் பிசகா, அவனுடைய பிசகா என்று தெரியவில்லை. அவரின் வேட்டியில் இலையில் இருந்த மிச்சம் சிதறிவிட்டது. அவர் கோபத்தில் கத்தினார். கல்லாவில் இருப்பவர் வந்து ஆதித்ய சிதம்பரத்தின் கன்னத்தில் அறைந்தார். "வெளியே போடா நாயே" என்றார். காளி சமாதானப்படுத்தியும் கேட்கவில்லை.

கையைக் கழுவிவிட்டு துணிகள் வைத்திருந்த பையை எடுத்துக்கொண்டு அந்த ஓட்டலை விட்டு வெளியேறினான். அப்போது அவன் தனக்குள் சொல்லிக்கொண்டான். "நான் என் வாழ்க்கையில் ஒரு ஓட்டல் முதலாளி ஆவேன்".

8

நடந்தான், நடந்துகொண்டே இருந்தான். தெருக்குழாயில் தண்ணீர் குடித்தான். காளி கொடுத்திருந்த உணவுப் பொட்டலம் பையில் இருந்தது. இட்லி அல்லது பொங்கல் இருக்கும். மதிய சாப்பாட்டுக்கு வைத்துக்கொள்ளலாம். அதன்பிறகு என்று யோசித்தபோது பயம்தான் ஏற்பட்டது.

எந்த இடம் என்றே தெரியவில்லை. மனிதர்கள் யாரையும் தெரியாது. பஸ் ஸ்டாப் அருகே பயணிகள் உட்கார்வதற்குப் போடப்பட்டிருந்த இடத்தில் அமர்ந்து பொட்டலத்தைப் பிரித்தான். பொங்கல் இருந்தது. அதைச் சாப்பிட்டான். தெருக்குழாயில் கை கழுவி தண்ணீர் குடித்தான். நிழற்குடையின் இருபுறமும் பெரிய மரங்கள் இருந்தன. பயணிகள் ஒன்றிரண்டு பேர் நின்றிருந்தார்கள். உட்கார்வதற்குப் போடப்பட்டிருந்த சிமிண்ட் மேடையில் பையைத் தலையணையாக வைத்துப்படுத்து கண்களை மூடினான்.

அம்மா கிணற்றில் தண்ணீர் இறைத்து, குத்திட்டு உட்கார்ந்திருந்த அவன் தலையில் ஊற்றினாள். குளிர்ச்சியில் அவனுக்கு சிலிர்த்தது. "சோப் போட்றா" என்றாள் அவள்.

அவன் சோப் போட்டுக்கொண்டிருந்த போதே "என்னடா சோப் போடறே" என்று சொல்லி அவனிடமிருந்த சோப்பைப் பிடுங்கி, அவன் உடம்பில் சோப்பைத் தேய்த்தாள். அவன் நெளிந்தான். கிணற்றுக்கு அருகிலிருந்த பகுதியில் செடிகள் நிறைய இருந்தன. அதில் சிறு சிறு பூக்கள் பூத்திருந்தன. "அம்மா வண்ணத்துப்பூச்சி" என்றான். வண்ணத்துப்பூச்சியைப் பார்த்தான். வண்ணமயமாக இருந்தது. சிறிது நேரத்தில் ஆங்காங்கே வண்ணத்துப்பூச்சிகள் பறக்க ஆரம்பித்தன. ஆதித்ய சிதம்பரம் குதூகலித்தான்.

யாரோ எழுப்புகிறது போல் இருந்தது, விழித்தான். எதிரே ஒருவர் நின்றுகொண்டிருந்தார். எழுந்து உட்கார்ந்தான். பையை எடுத்து மடியில் வைத்துக்கொண்டான். எதிரே நின்றுகொண்டிருந்தவர் "பெரியவர் கூப்பிடுறாரு" என்றார், பார்த்தான். காரில் ஒரு பெரியவர் உட்கார்ந்திருந்தார். "எதுக்கு" என்றான். "பயப்படாதே உனக்கு நல்லது செய்வார். பெரியவரோட அம்மா அப்பா பெயர்லே இந்த பஸ் ஸ்டாப் நிழற்குடையை பெரியவர் கட்டினார். அதுலே படுத்துக்கிடக்கியேன்னு பெரியவர் கூப்பிட்டு விசாரிக்கனும்னு நெனைக்கிறாரு" என்றார். அவன் எழுந்து பையையும் எடுத்துக்கொண்டு காரில் அமர்ந்திருக்கும் பெரியவர் அருகே வந்தான். பெரியவர் ஒட்டவெட்டப்பட்ட நரைத்த கிராப் தலையுடன் மீசையில்லாமல் இருந்தார்.

"யாரு" என்றார் பெரியவர். "நா அனாதை, அப்பா, அம்மா, பாட்டி செத்துப் போயிட்டாங்க."

"உன் பேரென்ன ?"

"என் பேரு ஆதித்ய சிதம்பரம்"

"ஏறு வண்டியிலே"

ஆதித்ய சிதம்பரம் காரில் ஏறி உட்கார்ந்தான்.

"உன் சொந்த ஊர் எது ?"

"ராமநாதபுரம்"

"அப்பா என்ன வேலை பார்த்தார் ?"

"அவர் பல வேலை பார்த்தார். எனக்கே சரியா தெரியாது குடிச்சிட்டு வருவாரு. ஏதோ தகராறுலே கூட இருக்கவுங்களே கொன்னுபுட்டாங்க"

"அம்மா ?"

"அம்மாவும் பாட்டியும் இருந்தாங்க. சோத்துக்கில்லை, பணமில்லை. தற்கொலை பண்ணிக்கிட்டாங்க"

“நீ பொழைச்சுக்குவேன்னு உன்னை விட்டுட்டாங்களா? அடுத்த வேளை சாப்பாட்டுக்கு என்ன பண்ணுவே?”

“அதான் எனக்கே தெரியலை”

“இந்தா பாருடா நான் ஒரு அனாதையா இருந்தவன். என்னை ஒரு பாதிரியார் வளத்து ஆளாக்குனாரு. அந்தப் பாதிரியாரு ஒரு அனாதை. ஒரு வெள்ளைக்காரரு வளத்து ஆளாக்குனாரு. அந்த வெள்ளைக்காரரும் ஒரு அனாதையா இருந்திருப்பாரு. இன்னொரு வெள்ளைக்கார அனாதை அவரை வளத்திருப்பாரு... பாரு இப்படித்தான் கர்த்தர் ஏதோ சிலரை காப்பாத்துறாரு. எங்க அப்பா அந்தோணி, அம்மா ரோஸியம்மாள் பெயர்லே மக்கள் வெயில்லே பஸ்சுக்கு நிக்க வேணாம்னு அவுங்க பேரைப் போட்டு நிழற்குடை கட்டினேன். அதுலே வந்து நீ அடைக்கலமாயிருக்கே. கர்த்தரு ஏன்ட்டே சொல்லாம சொல்றாரு ஏண்டா செபாஸ்டியன் நாடாரே, அனாதைப் பயலா இருந்தவனே உன்கிட்டே ஒரு அனாதைப் பயலை அனுப்பிச்சிருக்கேன். கவனிச்சுக்கோங்கிறாரு, எத்தனையாவது படிச்சிருக்கே”

“எட்டாவது”

“இந்த செபாஸ்டியன் நாடார் உன்னைப் படிக்க வைக்கிறான். வளத்து ஆளாக்குறான். என்னை ஆளாக்குனார்லே அந்தப் பாதிரியார் பெர்ணான்டஸ் அவருக்குச் செய்யற நன்றிக்கடன்.”

பெரியவர் பின்னால் திரும்பி “டேய் சோசப்பு ... நம்ம அந்தோணியார் பள்ளிக்கூடத்துலே எட்டாப்புலே நான் சொன்னேன்னு சேரு ... நம்ம தேம்பாவணி இல்லத்துலே மேஸ்திரி மகாதேவன்ட்டே சொல்லி தங்க இடத்திற்கு ஏற்பாடு பண்ணிக்கொடு ... நான் சொன்னேன்னு சொல்லு, ஏன்டா தம்பி பேரென்ன சொன்னே ...

“ஆதித்ய சிதம்பரம்”

“என்ன இத்தாம் பெரிய பேரா இருக்கு எப்படி கூப்பிட. சிதம்பரம்னு கூப்பிடறேன். படிக்கிறியா, தேம்பாவணி இல்லத்துலே வேளா வேளைக்கு உணவு கிடைக்கும். வாத்தியார்களும் சொல்லிக் கொடுக்க இருப்பாங்க. ஏதோ எங்க அப்பன் ஆத்தா புண்ணியத்துலே அந்த நிழற்குடைக்குக் கீழே படுத்துக்கிடந்தே ... கர்த்தரே ... டேய் சோசப்பு வீட்டுக்குப் போனதும், தம்பிக்கு பிஸ்கட், காபி கொடு. உன் வண்டிலே இவனை ஏத்திக்கிட்டு தேம்பாவணி இல்லத்துக்கு கூட்டிட்டுப் போ... கர்த்தரு தயவுலே புண்ணியம் சேர்ந்துக்கிட்டேயிருக்கு.”

கடலும் வண்ணத்துப்பூச்சிகளும் 27

ஆதித்ய சிதம்பரம் புதிய சூழ்நிலையில் ஒடுங்கி உட்கார்ந்திருந்தான்.

"ஏலேய் சிதம்பரம் என்ன படிக்க இஷ்டம்?"

"இங்கிலீசு"

"அப்படிப் போடு, ஏண்டா இங்கிலீசு ..."

"இங்கிலீசு படிச்சா அறிவு வளரும், நிறைய விஷயங்களைப் படிச்சு தெரிஞ்சிக்கலாம்னு அம்மா சொல்லியிருக்காங்க"

"செரி, அதுக்கப்புறம்"

ஒருத்தனை கொலை செய்வேன். அரிசிக் கடை வைப்பேன். ஓட்டல் முதலாளியாவேன் என்றெல்லாம் சொல்லக்கூடாது என்று அவனுக்குத் தோன்றியது. "வக்கீலாவேன்" என்றான்.

"அதுவும் சரிதான்" என்றார், பெரியவர்.

ஆதித்ய சிதம்பரத்திற்கு தங்குமிடம், பள்ளிக்கூடம், அன்னியமாகவும் புதிதாகவும் இருந்தன. காலையில் அவர்கள் பிரார்த்தனை பாடும் பாடல் யேசுவைப் பற்றி இருந்தது. பைபிள் என்று பின்னால் கேட்டுத் தெரிந்துகொண்ட புத்தகத்திலிருந்து வாசகங்களை வாசித்தார்கள். அறைகள் அமைந்த கட்டிடங்கள் சதுரவடிவில் இருந்தன. நடுவில் வெற்றிடம். அந்த இடத்தில்தான் பிரார்த்தனை நடக்கும். கட்டிடங்களுக்குப் பின்னால் அமைந்த பெரிய இடத்தில் மரங்கள், காய்கறித் தோட்டங்கள் இருந்தன. அந்த தோட்டத்தில் தேம்பாவணி இல்லத்தில் தங்கியிருக்கும் மாணவர்கள் வேலை செய்வார்கள். பழங்களையும், காய்கறிகளையும் வாங்குவதற்கு ஒரு நிறுவனத்தைச் சேர்ந்தவர்கள் வருவார்கள். மாணவர்கள் உழைப்பதற்கு ஊதியமாக ஒரு தொகையை கைச்செலவுக்காகக் கொடுப்பார்கள்.

ஆதித்ய சிதம்பரத்துடன் அவனுடைய அறையில் ராபின்சன் என்பவன் தங்கியிருந்தான். அவனுக்குத் தாய், தந்தை, உயிருடன் இல்லை. அவனுடைய தாய்வழித் தாத்தா அவனைக் கொண்டு வந்து இங்கு சேர்த்திருந்தார். அவன் இரவு நேரத்தில் பைபிள் வாசகங்களைச் சத்தமாகப் படிப்பான். ஆதித்ய சிதம்பரத்திற்கு அப்படிப் படிக்க ஏதும் இல்லை என்பதால் அவன் வாசிப்பதைக் கேட்டுக்கொண்டிருப்பான். ஞாயிற்றுக் கிழமைகளில் வெளியே செல்ல அனுமதியுண்டு. இரவு எட்டு மணிக்குள் திரும்பி வந்து விட வேண்டும். ராபின்சனும், ஆதித்ய சிதம்பரமும் மதியச்

சாப்பாட்டிற்கு மேல் சினிமாவிற்குச் சென்றுவிட்டு இல்லத்திற்குத் திரும்பிவிடுவார்கள்.

ஞாயிற்றுக்கிழமைகளில் காலையில் வெளியே செல்லும் போது மதியச் சாப்பாட்டிற்கு வருவது, வராதது பற்றித் தெரிவிக்க வேண்டும். ஒரு ஞாயிற்றுக்கிழமை பஸ் பிடித்து பக்கத்து ஊரில் இருக்கும் தண்டீஸ்வரர் ஆலயத்திற்குச் சென்றான். ஆலயத்தைச் சுற்றி வந்தான். தண்டீஸ்வரரை வணங்கினான். வாழ்க்கையின் நிச்சயமற்ற தன்மை அவனை உலுக்கிக் கொண்டிருந்தது. அன்பைத்தர ஆள் இல்லையே என்று கலங்கினான்.

கோயில் பிரசாதக்கடையில் புளியோதரை வாங்கிச் சாப்பிட்டான். அங்கிருந்த குழாயில் தண்ணீர் குடித்தான். அவனுக்கு அழுகை வந்தது. அழுகையை அடக்கிக்கொண்டு கோயில் வெளிப்பிரகாரத்தில் நடந்தான். அழுதான். அழுது கொண்டே நடந்தான். அழுகை குமுறிக் கொண்டு வந்தது. கதறிக் கதறி அழுதான். வெளிப்பிரகாரத்தைச் சுற்றி வந்து அழுகையைத் துடைத்துக்கொண்டு யாளி இருந்த தூணின் கீழ் அமர்ந்தான்.

அம்மா இட்லி அவித்துக்கொண்டிருந்தாள். பாட்டி எதையோ முறத்தில் புடைத்துக்கொண்டிருந்தாள். ஆதித்ய சிதம்பரம் இட்லி சாப்பிட்டான். அம்மா அவன் தலைமுடியைக் கோதிவிட்டாள். பாட்டியை ஒட்டி அவன் படுத்துக்கொண்டான். அம்மா சற்று தள்ளிப் படுத்துக்கொண்டாள். தூங்கிவிட்டான். வாசல் கதவைத் தட்டும் சத்தம் கேட்டது. அப்பாவாகயிருக்கும் என்பதால் அவன் கண்ணைத் திறக்கவில்லை. அம்மா கதவைத் திறந்தாள். அடுப்படியில் அப்பாவிற்கு இட்லி எடுத்து வைத்தாள். ஏதோ பேச்சு சத்தம் கேட்டது. பாத்திரம் உருளும் சத்தம் கேட்டது. பாட்டி எழுந்து உட்கார்ந்தாள். அவனும் எழுந்து உட்கார்ந்தான். அம்மாவை அப்பா உதைத்தார். அம்மா கீழே சாய்ந்தாள். பாட்டி ஓடிப்போய் அவளைத் தூக்கினாள். அப்பா அவர் அறைக்குள் சென்றுவிட்டார். பாட்டி, அம்மாவைத் தேற்றி பாத்திரங்களை எடுத்து வைத்தாள். “இந்த மனுஷனுக்கு இதே வேலையாப் போச்சு. எனக்கும் வேற நாதியில்லை. உன்னை அண்டி இருக்க வேண்டியிருக்கு. எனக்காகவும்தானே பொறுத்துக் கொண்டிருக்கே,” என்றாள் பாட்டி. ஆதித்ய சிதம்பரத்திற்கு அழுகை வரும் போல இருந்தது. அம்மாவும், பாட்டியும் அடுப்படியை ஒழுங்கு செய்துவிட்டு வந்து படுத்துக் கொண்டார்கள். திடீரென்று இரவில் ஆதித்ய சிதம்பரம் விழித்துக்கொண்டான். அம்மாவைக் காணவில்லை. அப்பாவின் அறைக்கதவு சாத்தப்பட்டிருந்தது.

9

கிறிஸ்துமசிற்கு முந்தைய நாள் ஒரு திருமண மண்டபத்தில் விருந்து. இல்லத்திலிருந்த அனைவரையும் அழைத்திருந்தார்கள். மேடையில் பாதிரியார் ஒருவர் சொற்பொழிவாற்றி இடை இடையே பைபிள் வாசகங்களைக் கூறினார். பெரியவர் செபாஸ்டியன் சிலருக்கு மாலை அணிவித்து மரியாதை செய்தார். பெரிய மாலையை சிலர் தூக்கி வந்து பெரியவர் செபாஸ்டியனுக்கு மரியாதை செய்தார்கள்.

விருந்து ஆரம்பித்தது. பிரியாணி மற்றும் இதர அசைவ உணவுகள் பரிமாறினார்கள். பரிமாறுவதை பெரியவர் மேற்பார்வை செய்தார். ஆதித்ய சிதம்பரம் அருகே வந்தபோது, “என்னடா சிதம்பரம் நல்லா படிக்கிறியா, நல்லா சாப்பிடு” என்றார். அவன் எழுந்து நின்றான். அவன் தோளில் கை வைத்து அமரச் சொன்னார். அவருடைய மனைவியின் முகம் நோய்வாய்ப்பட்டவரின் முகம் போல் இருந்தது. அவருடைய மகள் மலர்ச்சியுடன் அந்த மண்டபத்திற்குள் அங்கும் இங்கும் சென்றுகொண்டிருந்தாள். அவருடைய மகனின் ஒரு கால் சற்று உயரக்குறைவாக இருந்ததால் தாங்கித் தாங்கி நடந்து கொண்டிருந்தான். பெரியவர் அளவுக்கோ, அவருடைய மகள் அளவிற்கோ, அவருடைய மகன் சுறுசுறுப்பாக இருப்பதாகத் தெரியவில்லை.

உணவு சுவையாக இருந்தது. அவன் தன் வாழ்நாளில் இவ்வளவு வகையான உணவு உண்டதில்லை. அங்கும் இங்கும் சென்றுகொண்டிருந்த பெரியவரின் மகளை அவன் கவனித்துக் கொண்டிருந்தான். அவனுக்கு வண்ணத்துப்பூச்சி நினைவிற்கு வந்தது. அவளை யாரோ “ரெஜினா” என்று அழைத்தார்கள். அவள் அழைத்தவரைத் திரும்பிப் பார்த்தாள். ரெஜினா ஒரு வண்ணத்துப்பூச்சி என்று நினைத்துக்கொண்டான்.

ஆதித்ய சிதம்பரம் எஸ்.எஸ்.எல்.சி முடித்துவிட்டான். நல்ல மதிப்பெண் பெற்றிருந்தான். இல்லம் ரெஜினாவின் மேற்பார்வையில் வந்திருந்தது. ஆதித்ய சிதம்பரம் ரெஜினாவின் முன் நின்றிருந்தான். அவள் சிரித்த முகத்துடன் அவனிடம் கேட்டாள். “உனக்கு யாருமில்லையே அடுத்து என்ன செய்யப்போறே”

“நான் மேலே படிக்கப் போறேன்.”

“சரி, இங்கே டிகிரி வரைக்கும் தங்கலாம். டிகிரி முடிச்சதுக்கப்புறம் வேலை தேடறதுக்கு ஒரு ஆறு மாசம் தர்றோம். நீ இப்ப இருக்கற “எ” பிளாக்கிலிருந்து “பி” பிளாக்குக்கு

போ அங்கே உனக்கு ரூம் தருவாங்க. உன்னை இங்கே இருக்கற நூலகத்துலே அடிக்கடி பாக்கறேன், என்ன படிப்பே."

"சயின்ஸ் சம்பந்தமான நூல், கதைப் புத்தகம், நாவல், சிறுகதை, இங்கிலீஸ் புத்தகத்தை விரும்பிப் படிப்பேன். டிக்‌ஷனரி பாத்து தெரியாத வார்த்தைக்கு அர்த்தம் குறிச்சிக்குவேன்".

"நான் உனக்கு ஒரு டிக்‌ஷனரி பிரஸென்ட் பண்றேன். அறிவை வளர்த்துக்கோ" அவள் சிரித்துக்கொண்டே சொன்னாள்.

அவள் கூறியபடியே அடுத்த நாள் ஒருநபர் ஒரு டிக்‌ஷனரியை அவனிடம் கொடுத்தார். அவனுக்குச் சந்தோஷமாக இருந்தது. ரெஜினா ஒரு வண்ணத்துப்பூச்சி.

பட்டப்படிப்பு படித்தான். அடிக்கடி பக்கத்து ஊரிலிருக்கும் தண்டீஸ்வரர் கோயிலுக்குச் செல்வான். அங்குள்ள பிரசாதக் கடையில் புளியோதரை வாங்கி வழக்கமாகச் சாப்பிடுவான். ராபின்சன் பட்டப்படிப்பை முடித்துவிட்டு அவனுடைய தாத்தா வீட்டிற்குச் சென்று அங்கிருந்து போட்டித்தேர்வுகள் எழுதி மாநில அரசாங்கத்தில் நீதிமன்றத்தில் கிளர்க்காகச் சேர்ந்துவிட்டான். ஆதித்ய சிதம்பரம், பட்டப்படிப்பு முடித்தபின், ஒரு வழக்கறிஞரிடம் உதவியாளராகச் சேர்ந்தான். சில மாதங்களிலேயே அவனுக்கு சட்டங்களும், தீர்ப்புகளும் பிடிபட்டுவிட்டன. அவரிடம் உதவியாளராக இருந்து வெளிமாநில பல்கலைக்கழகம் ஒன்றில் தபால்வழி சட்டப்படிப்பு படித்து வழக்கறிஞராகவும் ஆகிவிட்டான். சென்னை உயர்நீதிமன்றத்திலும் பின்னர் உச்சநீதிமன்றத்திலும் வழக்குகளுக்கு ஆஜரானான். அதே சமயத்தில் ஆங்கிலத்தில் கட்டுரைகளும், கதைகளும் நாவல்களும் எழுதினான். ஒரு கட்டத்தில் அவனுடைய நாவல்களுக்கு வாசகர்கள் அதிகரித்து நாவல்களும் நல்ல விற்பனையை அடைந்தபின் வழக்கறிஞர் தொழிலை மிக அரிதாக மேற்கொண்டான்.

10

ஆதித்ய சிதம்பரம் ரஞ்சனாவுடன் தமிழ்நாட்டிற்கு வந்திருந்தார். அவருக்கு காவல்துறை பாதுகாப்பு வழங்கப்பட்டிருந்தது. அவர் இன்று பத்திரிக்கையாளர்கள் ஏற்பாடு செய்திருந்த கூட்டத்தில் பேசினார். *"The Role of Literature"* என்ற தலைப்பு. அவர் பேசியதின் சாராம்சம்.

இலக்கியம் பல்வேறு பார்வைகளை உருவாக்குகிறது. புதுப்புது பாணியில் சொல்வதன் மூலம் புதுப்புதுப்பார்வை உருவாகிறது. எழுத்தாளன் ஓர் உளவியல் நிபுணனும் கூட. உளவியலாளர்கள்

கண்டுபிடிக்கத் தடுமாறும் அல்லது கண்டுபிடிக்க முடியாத பகுதிகளை அவனால் கண்டறிய முடியும். சம்பந்தப்பட்ட மனிதனே அறியாத சந்தோஷத்தையும், இருளையும் அவனை உணர வைக்க எழுத்தாளனால் முடியும். நிகழ்வைக் குறியீடாக மாற்றும் திறன் எழுத்தாளனுக்கு உண்டு. நான் ஒரு சபாவில் உறுப்பினர். கிளாஸிக்கல் கச்சேரி மாதாமாதம் நடப்பதுண்டு;. நான் ஒருவரை கவனித்திருக்கிறேன். எழுபது வயதை நெருங்கிக் கொண்டிருப்பவர். கண்ணாடி அணிந்து ஒல்லியாக இருப்பார். யாரிடமும் பேசி நான் பார்த்ததில்லை. உள்ளே நுழையும் இடத்தில் தரும் காபியை அவர் வாங்கியோ, குடித்தோ நான் பார்த்ததில்லை. கச்சேரி ஆரம்பிப்பதற்கு முன் வந்துவிடுவார். ஒரு மூலையில் ஸ்பீக்கர் இருக்கும் இடத்தைப் பார்த்து அமர்வார். கையில் ஒரு பை கொண்டுவருவார். கச்சேரிஆரம்பித்ததும் அவர் அந்த பையில் இருக்கும் ஆங்கில நாளிதழை எடுத்து படிப்பார். கச்சேரி முடியும் வரை பக்கங்களை மாற்றி மாற்றி படித்துக் கொண்டிருப்பார். இடையில் சில தடவைகள் நிமிர்ந்து மேடையைப் பார்ப்பார். அந்த பையில் தண்ணீர் பாட்டில் வைத்திருப்பார் என்பது என் அனுமானம். ஆனால் தண்ணீர் குடித்து நான் பார்த்ததில்லை. நான் பெரும்பாலும் மாதா மாதம் வருகிறேன். அவர் நடவடிக்கைகள் ஒரே மாதிரி தான் இருக்கிறது. உட்காரும் நாற்காலி இருக்கும் இடம் கூட ஒரே இடம் என்று தான் நினைக்கிறேன். அவர் ஒரு தனியன். அவரைப் பற்றி எனக்குத் தெரியாது. அங்கு வருபவர்களுக்கும் அவரைப் பற்றித் தெரியாது என்பது என் அனுமானம். நான் கச்சேரியுடன் அவரையும் கவனித்துக்கொண்டிருப்பேன். கச்சேரி முடிந்தபின் அந்த ஆங்கில நாளிதழை பையில் வைத்துக் கொண்டு கிளம்பிவிடுவார். கச்சேரி முடிந்த பின் மேடையில் சிறு கூட்டம் சூழும். அதிலும் நான் அவரை பார்த்ததில்லை. கச்சேரி முடிந்ததும் கலைஞர்களை அருகில் சென்று பார்ப்பது என் வழக்கம். கலைஞர்கள் மிதப்பில் இருப்பார்கள். அந்தத் தனியன் எனக்கு ஒரு குறியீடாக ஆகிவிட்டார். நான் எழுதிய ஒரு நாவலில் சம்பவங்களுக்கிடையே அவர் நாற்காலியில் அமர்ந்து ஆங்கில நாளிதழைப் படித்துக்கொண்டிருப்பார். நாவலின் பாத்திரங்களுக்கு அவர் அமர்ந்திருப்பதே தெரியாது. அவர் நடக்கும் சம்பவத்தையும் கதாபாத்திரங்கள் பேசுவதையும் எப்போதாவது நிமிர்ந்து பார்ப்பார். பிறகு படிப்பதில் மும்முரமாக இருப்பார். பக்கங்களை மாற்றுவார். நடக்கும் சம்பவங்களையும் கதாபாத்திரங்கள் பேசுவதையும் கவனிக்கும் மௌனக் குறியீடாக அவர் வருவார். இறுதியில் அவர் வாய்திறந்து கூறுவார். “எல்லோரும் சுயமுனைப்புக் கொண்டவர்கள். அன்பு செய்வதாக

மனிதர்கள் காட்டிக்கொள்ள வேண்டும். இல்லாவிடில் சமூகம் ரகளையாகிவிடும்."

க்ளோமஸ் ஜுகுலரே (*GLOMUS JUGULARE*) என்ற வசீகரப்பெயர் கொண்ட நோய் ஒன்று உள்ளது. காது உள் நரம்பில் கட்டி உருவாகி அது மூளையையே பாதிக்கும். இது அபூர்வமான நோய். தன்னிடம் வந்த நோயாளிக்கு ஒரு காதில் இந்த நோய் இருப்பதை ஒரு மருத்துவர் அறிந்துவிடுகிறார். அவருக்கு பதட்டமும் பரபரப்பும் ஏற்படுகிறது. அடுத்த நாள் அந்த நோயாளியை வரச் சொல்கிறார். அந்த நோயாளியும் வருகிறார். மருத்துவர்கள் கூட்டம் அந்த மருத்துவர் அறையில் இருக்கிறது. அந்த மருத்துவரே வெளியே வந்து நோயாளியை அழைத்துச்செல்கிறார். வந்திருந்த மருத்துவர்கள் கூட்டத்திடம் இந்த நோய்க்கு பெயர் "க்ளோமஸ் ஜுகுலரே" என்று அந்த நோயின் தன்மையையும், நோயினால் ஏற்படும் அறிகுறிகளையும், பாதிப்புகளையும் விளக்குகிறார். அந்த நோயாளி ஒரு நெடுங்கதையில் குறியீடாகிறார். கேட்கும் திறனுடைய நரம்பையே எடுத்தால்தான் அந்த நோயாளி நன்றாக முடியும். சர்ஜரி செய்து அந்த நரம்பை எடுத்து காதை அடைத்துவிடுகிறார்கள். ஒரு காது மட்டும் கேட்கும். சர்ஜரியில் முகம் சற்றுக் கோணிவிடுகிறது. மனிதர்களின் துயரத்தின் குறியீடாக அவன் ஆகிவிடுகிறான். கதையில் ஒரு அத்தியாயத்தில் மட்டும் இந்தச்சம்பவம் வருகிறது. பிற அத்தியாயங்களில் அவன் வரவில்லை. அக்கதையில் வரும் அனைவரும் சத்தம் போட்டுப் பேசுகிறார்கள். வீட்டிலிருக்கும் டிவியை சத்தமாகக் கேட்கும்படி வைக்கிறார்கள். பஸ்ஸில் சத்தமாகப் பாட்டு போடுகிறார்கள். மதுக்கூடத்தில் சத்தமாக டிவி பாடல் காட்சிகளை வைக்கிறார்கள். சில பெரிய ஹோட்டல்களில் ஆங்கிலப் பாடல் காட்சிகளை சத்தமாக வைக்கிறார்கள். அந்தச் சத்தங்களின் ஊடே சத்தமாக மது அருந்துபவர்கள் பேசிக்கொள்கிறார்கள். சாலையில் வாகனங்கள் ஹாரன் அடித்துக்கொண்டே செல்கின்றன. அக்கதை இந்த போக்கில் செல்கிறது.

குறியீடுகளினால்தான் கதைகளை அமைக்க வேண்டும் என்றில்லை. நான் விருப்பப்பட்டு சில கதைகளில் அவ்வாறு செய்திருக்கின்றேன். இந்த மனிதர்கள் நுழைந்தவுடன் கதை புதிய விஷயங்களைச் சொல்கின்றன. எழுத்தாளனின் கலை என்று இதைச் சொல்லலாம். இது ஒரு வகை புனைவு எனலாம். குறியீடாக இல்லாமல் புனைவின் மூலம் ஒரு சம்பவம் வேறு உயரத்திற்குச் செல்லலாம். நம் எல்லோருக்கும் தெரிந்த மகாபாரதத்தில் ஒரு சம்பவம். யுத்தம் முடிவுபெற்ற பின் திருதாரஷ்டிரன், காந்தாரி

முன்பாக பாண்டவர்கள் நிற்கிறார்கள். கௌரவர்களையும், பிதாமகர் உள்ளிட்ட பல ஆச்சார்யர்களையும் வீரர்களையும் அழித்தவர்கள். புத்திரர்களை இழந்த காந்தாரியின் உடல் நெருப்பாய் தகிக்கிறது. உடலுக்குள் நெருப்பு கொழுந்துவிட்டு எரிகிறது. பாண்டவர்கள் மனத்தடுமாற்றத்துடன் நிற்கிறார்கள். யுதிஷ்டிரன் ஏதோ பேச ஆரம்பிக்கிறான். காந்தாரி, கண்களை மறைத்துக்கட்டியிருக்கும் துணியில் சிறு இடைவெளி எவ்விதமோ ஏற்படுகிறது. அவள் கண்களில் யுதிஷ்ட்ரனின் பாதம் படுகிறது. அவளுள் எரியும் நெருப்பினால் யுதிஷ்ட்ரனின் பாதம் விகாரப்படுகிறது.

பாண்டவர்கள் நிற்பதும், சமாதானம் சொல்வதும்,பேசுவதும், திருதாரஷ்டிரனும், காந்தாரியும் பேசுவதும் ஒரு சம்பவம். யுதிஷ்ட்ரனின் பாதம் விகாரப்படும் இடத்தில் கலை வந்துவிடுகிறது.

கலை மட்டுமே போதுமானதல்ல அது ஒரு சம்பவத்தை எப்படி மேலே எழச் செய்கிறது என்பது தான் முக்கியம்...

இவ்வாறு அவர் ஒருமணிநேரம் பேசினார். பேச்சின் இடையே அவர் தண்ணீர் அருந்தவில்லை. சிறு தண்ணீர் பாட்டிலில் இருந்த தண்ணீரை முழுமையாகக் குடித்தார். கேள்வி நேரம் துவங்கியது.

கேள்வி: இயல்புவாத எழுத்துக்கள் உங்களுக்குப் பிடிக்காதா?

பதில்: ஏன் பிடிக்காமல். டால்ஸ்டாய் எழுதியிருக்கிறார். எவ்வளவு நுட்பங்கள். சம்பவத்திலும் மன இயக்கத்திலும் உள்ள நுட்பங்களை அற்புதமான முறையில் எழுதியிருக்கிறார். பெரிய நிபுணர். எனக்கு எழுத சுலபமாக வருகிற பாணியிலும், என்னுடைய கண்ணோட்டத்திலும் நான் எழுதுகிறேன். ஒன்று மேலானது ஒன்று கீழானது என்று இல்லை. ஆனால் நான் பல இயல்புவாத எழுத்துக்களை வாசித்திருக்கிறேன். தட்டையான எழுத்துக்கள். சம்பவ நுட்பங்களோ, மன நுட்பங்களோ அண்டாத வெற்றுக் கதைகள். சிருஷ்டி ஏதோ ஓர் ரூபத்தில் வியாபித்திருக்க வேண்டும். இது ஒரு புறம் இருக்க, குழப்பங்களுடனும், திருகலான மொழியுடனும், வலிந்து ஏற்படுத்தப்பட்ட வாக்கியங்களும் உள்ள சிருஷ்டி இல்லாத எழுத்துக்களும், சம்பிரதாயம் அற்ற எழுத்துக்கள் என்ற பெயரில் வருகின்றன.

கேள்வி: கட்டற்ற எழுத்து பித்துமயமான எழுத்துக்கள் பற்றி?.

பதில்: எழுத்தாளன் எழுதும்போது அவன் உத்தேசித்த போக்கில் கதை செல்வதில்லை. கதை தனக்கான போக்கை கண்டுபிடித்துக் கொள்கிறது. அதை எழுத்தாளன் எழுதுகிறான்.

ஒரு பக்கக் கடித வாக்கியங்களைக் கூட நாம் முன் முடிவு செய்ய முடியாது. எழுதும் போக்கில் மாறிவிடும். கட்டற்ற எழுத்தையும், பித்துமயமான எழுத்துக்களையும் எழுத எழுத்தாளன் பிரக்ஞா பூர்வமாக பிரயாசைப்பட வேண்டியிருக்கிறது. எழுத்துக்களை கட்டற்ற எழுத்தாகவும், பித்துமயமான எழுத்தாகவும் நடிக்க வைப்பதற்கு அந்த பிரக்ஞையும், பிரயாசையும் தேவைப்படுகிறது.

கேள்வி: எண்ண ஓட்டங்களை கோணலாக்கிக் காண்பிக்க வேண்டுமா?

பதில்: எண்ண ஓட்டங்கள் தொடர்பற்றவை. வரிசைக்கிரம மாக அமையாது. அதை வரிசைக்கிரமத்திலோ, வரிசை மாற்றியோ அமைக்கிற திறன் எழுத்தாளரிடம் இருக்கிறது. அது இயல்பிலேயே கோணலாகத்தான் இருக்கிறது. மேலும் ஒரு கோணல் ஒரு ஓவியத்தை வேறு ஓவியமாக மாற்றிவிடும்.

கேள்வி: படைப்புகளை மிகுந்த கவனத்துடன் தான் எழுத வேண்டுமா. மிகுந்த கவனம் படைப்பைச் சிதைக்காதா?

பதில்: மிகுந்த கவனம் படைப்பை மேம்படுத்தும். ஆரவாரம், தேவையற்ற வர்ணனைகள் ஆகியவற்றைக் குறைக்கும். தேவை யில்லாமல் ஹாரன்தான் அடிக்கக் கூடாது. கவனம் அவசியம்.

கேள்வி: நீங்கள் கச்சேரிக்குச் செல்பவர் என்று கூறினீர்கள். பிடித்த பாடல்கள்?

பதில்: பாகிஸ்தான் பாடகர்கள் *FAREED AYAZ, ABU MUHAMMAD* இருவரும் *'GANGNA'* என்ற பாடலை அதியற்புதமாக பாடியிருப்பார்கள். அதை அடிக்கடி கேட்பேன். பிறகு பீம்சென் ஜோஸி, சுருதி சடோலிகர்.

கேள்வி: கர்நாடக சங்கீதத்தில்?

பதில்: மதுரை மணிஅய்யர், மதுரை சோமு, சில சமயங்களில் எம்.டி. ராமநாதன்

கேள்வி: சினிமா பாடல் காட்சிகள்?

பதில்: நான் என் பதின்பருவத்தில் பார்த்த ஜவானி திவானி படத்தில் வரும் 'நகிநகி அபி நகி' என்ற பாடல் காட்சி. அதில் ஜெயபாதுரியின் முகபாவங்கள் எனக்குப் பிடிக்கும். பிறகு *'HOSA BOLIGE NE JOTHEYADE'* என்ற கன்னடப் பாடல் காட்சி. அனந்த்நாக்கும் லட்சுமியும் நடித்திருப்பார்கள். லட்சுமியின் மூக்குத்தியணிந்த முகத்தின் வசீகரம் பிடிக்கும். தமிழில் சிவாஜி, சரோஜா தேவி நடித்த "ராதே உனக்கு கோபம் ஆகாதடி" என்ற பாடல் காட்சியில் சரோஜாதேவியின் பாவனைகள்.

கேள்வி: நீங்கள் யாரைப் பார்த்து பிரமித்திருக்கிறீர்கள்?

பதில்: வெல்ல முடியாத செஸ்சாம்பியன் *KISHAN GANGOLLI*. கர்நாடகத்தைச் சேர்ந்தவர். இவருக்குக் கண்கள் தெரியாது. அவருடைய மனத்தில் செஸ் காய்கள் ஏற்படுத்தும் கணக்குகளை அவர் எவ்வாறு கணிக்கிறார் என்பது பிரமிக்கத்தக்கது. கண் இருக்கும் என்னால் அவருடைய கணக்குகள் ஏற்படும் விதத்தைப் புரிந்துகொள்ள முடியாது. அவர் வெல்ல முடியாதவர்.

அடுத்து மருத்துவர் டி. வரதராஜா. இவர் இலங்கை உள்நாட்டுப் போரில் முள்ளிவாய்க்கால் போர் நாட்களில் பாதிக்கப்பட்ட தமிழர்களுக்கு மருத்துவம் பார்த்தவர். மிகுந்த மன தைரியம் உடையவர்களால்தான் அந்தச் சூழலில் போதிய வசதிகள் இல்லாத நிலையில் மருத்துவம் பார்க்கமுடியும். அவர் ஒரு நேர்காணலில் சித்தரித்த காட்சிகளை நினைத்தால் மனம் கலங்கி கண்கலங்கிவிடும். அவர் தற்போது எவ்விதமோ அமெரிக்கா வந்துவிட்டார். நான் அமெரிக்கா செல்லும்போது அவர் இருக்குமிடத்தை அறிந்து அவரைச் சந்திப்பேன். அவருக்கு முன்னால் நான் ஒன்றுமில்லை. அபாயக் கட்டத்தில் அவ்வளவு பணிகள் செய்திருக்கிறார். வணக்கத்திற்குரியவர். மனிதர்களைத் துயரத்திலிருந்து காப்பாற்றுகிறவர்கள் முக்கியமானவர்கள்.

இந்தியாவிற்கென்றே சில பிரத்தியேகமான ஆளுமைகள் இருக்கிறார்கள். இன்னொரு சந்தர்ப்பத்தில் அவர்களைப் பற்றி பேசிக்கொள்ளலாம்.

கேள்வி: நீங்கள் தமிழர்; தமிழ் நன்றாகத் தெரிந்தவர் தமிழில் எழுதுவீர்களா?

பதில்: ஆம் எழுதவுள்ளேன். சில குறுநாவல்கள் எழுத ஓர் பதிப்பகத்திடம் ஒப்பந்தம் ஏற்பட்டிருக்கிறது. பெரும்பாலான தமிழ் மக்களுக்கு இயல்புவாத எழுத்துத்தான் பிடிக்கும் என்று நினைக்கிறேன். சம்பிரதாயமற்ற புதுமையான பாணியில் கதைகள் வந்தாலும் அவைகளுக்குப் பெரிய அளவில் ஆதரவு இல்லை என்று நினைக்கிறேன். கள நிலவரத்தை இங்குள்ள பதிப்பகத்தார்களிடம் பேசும்போது அறிந்துகொள்வேன். என்னுடைய வழக்கமான எழுத்துப்பாணியில் இக்குறுநாவல்களை எழுத வேண்டாம் என்று நினைத்திருக்கிறேன். குருவிகள் பறப்பதை வரைந்து காட்ட முடியாது போலத்தான் கதைகள் உருவாவதும். எப்படி வருகிறது என்று பார்ப்போம்.

பாகம் – 2

அ) அக்ரஹாரம்
ஆ) ஆணும் பெண்ணும்
இ) இசபெல்லா
ஈ) ஆதிசிவம்
உ) நடிகையின் கணவன்

'அக்ரஹாரம்' என்ற குறுநாவலின் பகுதி

1

ரயில் ஓடிக்கொண்டிருக்கிறது. ஜன்னலோரமாக தேவிகா அமர்ந்திருந்தாள். பாண்டியராஜனும், மகாராஜனும் அடுத்து அடுத்துஅமர்ந்திருந்தார்கள். பாண்டியராஜன் பத்தாவது வகுப்பும் மகாராஜன் ஒன்பதாவது வகுப்பும் முடித்துவிட்டார்கள். இவர்களின் பாட்டி தேவிகாவின் தாயார் பாக்கியவதி எதிர் இருக்கையில் ஜன்னலோரமாக அமர்ந்து தினத்தந்தி பத்திரிகையின் ஒரு செய்தியைச் சத்தம் போட்டு படித்துக்கொண்டிருந்தாள். பாட்டிக்கு அடுத்துச்சற்று இடம்விட்டு ஒரு நடுத்தர வயது முஸ்லீம் நபரும் அவர் மகளும் அமர்ந்திருந்தார்கள்.

பாண்டியராஜன் பாக்கெட்டிலிருந்த சாக்லெட்டை எடுத்து முதுகுக்குப் பின்புறமாகக் கையைக் கொண்டு செல்ல மகாராஜன் முதுகுக்குப் பின்புறமாகக் கையை நீட்டி அந்த சாக்லெட்டை எடுத்துக்கொண்டான். அதாவது எதிரே இருப்பவர்களுக்குத் தெரியாமல் சாக்லெட்டைப் பரிமாறிக் கொள்கிறார்களாம்.

ஒரு நிறுத்தத்தில் சிலர் இவர்கள் இருக்கும் பெட்டியில் ஏறினார்கள். நடுத்தர வயது முஸ்லீம் நபரும் மகளும் மாறி உட்கார்ந்தார்கள். இப்போது பாண்டியராஜன், மகாராஜன் உட்கார்ந்திருந்த இருக்கைக்கு அடுத்தும் சிலர் உட்கார்ந்தார்கள். முஸ்லீம் நபருக்குப் பக்கத்தில்

சிலர் உட்கார்ந்தார்கள். இப்போது பாட்டி முன்னைக்காட்டிலும் சிறிது சத்தமாக தினத்தந்தியைப் படிக்க ஆரம்பித்தாள். ஒரு கிழவி படிப்பறிவுடையவளாகப் படித்துக்கொண்டிருக்கிறாளே என்று ஆச்சரியத்துடன் பார்த்துக்கொண்டிருந்தார்கள்.

ரயில் இன்னும் ஒரு மணி நேரத்திற்குள்ளாக ஊரையடைந்து விடும். அங்கு தேவிகாவின் அப்பா, ராஜன்களின் தாத்தா இவர்களை அழைத்துச்செல்லக் காத்திருப்பார். தாத்தாவோடு ஒப்பிடுகையில் பாட்டிதான் வயதானவள் போல் தோற்றம் தருகிறாள். சாக்லெட்டை மறைத்துப் பரிமாறிக்கொள்ளும் விளையாட்டு தொடர்ந்துகொண்டிருந்தது.

தேவிகாவின் கணவர் விபத்தில் இறந்து சில காலமாகி விட்டது. தாத்தா ஒரு லாரியில் சாமான்கள் ஏற்றிக்கொண்டு லாரியுடனே ஊர் வந்து சேர்ந்துவிட்டார். தாத்தா ரகுபதிக்கும், பாட்டி பாக்கியவதிக்கும் தேவிகா ஒரே மகள். தேவிகாவின் அண்ணன் ஒருவன் சிறு வயதிலேயே பஸ் நிலையத்தில் காணாமல் போய்விட்டான். எவ்வளவு தேடியும் கிடைக்கவில்லை. அந்த துக்கம் அவர்கள் மனதில் நிரந்தரமாக ஒரு இடத்தைப் பிடித்திருக்கிறது.

பாட்டி வாய்விட்டுப் படித்துக்கொண்டிருந்தாள். "கடன் வழங்க காலதாமதம். கூட்டுறவு வங்கி செயலாளருக்கு அடி உதை. கரட்டுப்பட்டி ஏப்ரல் 17, கரட்டுப்பட்டி அருகேயுள்ள பெரிய நத்தம் பட்டியில் வேளாண்மை கூட்டுறவு சங்க வங்கி உள்ளது. இந்த வங்கியில் அதே பகுதியில் உள்ள குன்னம்பட்டியைச் சேர்ந்த கணேசன் (வயது 52) என்பவர் செயலாளராக இருந்து வருகிறார். இந்த வங்கியில் அதே ஊரைச் சேர்ந்த பாண்டி மற்றும் சங்கரன் கடன் கேட்டு விண்ணப்பித்திருந்தனர். வங்கியின் செயலாளர் அவர்களின் மனுவைப் பரிசீலனை செய்து தலைமை வங்கிக்கு அனுப்பியுள்ளார். இந்த நிலையில் கடனுக்கு விண்ணப்பித்த இரண்டு பேரும் பலமுறை வங்கிச் செயலாளரை சந்தித்துக் கடன் கேட்டுள்ளனர். அப்போது செயலாளர் கடன் வழங்க ஒப்புதல் வரவில்லை என்று கூறியுள்ளார். இதில் ஆத்திரமடைந்த அவர்கள் இரண்டு பேரும் கணேசனை அடித்து உதைத்தார்கள். இது குறித்து கணேசன் அளித்த புகாரின் பேரில் கரட்டுப்பட்டி போலீஸார் வழக்குப் பதிவுசெய்து விசாரணை நடத்தி வருகின்றனர்".

புதிதாக ரயிலில் ஏறியவர்களில் ஒரு தம்பதியும் அவர்களின் மகளான சிறுமி ஒருவரும் இருந்தார்கள். சிறுமியின் தந்தை "பாட்டியைப் பாத்தியா... இந்த வயதிலே எப்படி படிக்குதுன்னு... நீ ஸ்கூல்லே நல்லா படிக்கனும்" என்றார். அவள் தலையை

ஆட்டிவிட்டு பாட்டியை உற்றுப்பார்த்தாள். பாட்டி சிறுமியைப் பார்த்து “என்ன படிக்குறே” என்றாள். சிறுமி சொன்னாள். பாட்டி, தினத்தந்தி பத்திரிகையை மடித்து வைத்துவிட்டு, எதிரே இருந்த மகளிடம் தண்ணீர் கேட்டாள். அவள் கூஜாவை எடுத்து மூடியைத் திறந்து கூஜாவையும் டம்ளரையும் கொடுத்தாள். பாட்டி டம்ளரில் தண்ணீர் ஊற்றிக் குடித்தாள்.

பாண்டியராஜனும், மகாராஜனும் பிளாட்பாரத்தில் வண்டி நுழைந்தவுடனேயே ஜன்னலோரமாக நின்று பிளாட்பாரத்தில் தாத்தாவைத் தேடினார்கள். ரயில் தாத்தாவைக் கடந்தது. தாத்தா இவர்களைப் பார்த்து அந்த கம்பார்ட்மெண்ட் கடந்து செல்வதைக் கண்டு வேகமாக முன்னேறி நடந்தார். ரயில் நின்றது. ரயிலிலிருந்து பயணிகள் இறங்க ஆரம்பித்தனர். வேகமாக நடந்து வந்ததில் தாத்தாவிற்கு இளைத்தது. பாட்டியும், மகளும் சாமான்களை இறக்கினார்கள். ராஜன்கள் இருவரும் தாத்தாவின் கையைப் பிடித்துக்கொண்டார்கள். அவர்களுடைய மனத்தில் தாத்தா என்பவர் பெரிய ஆளுமை. பிரச்சனைகளுக்கு விடைகள் தருபவர். எதையும் சமாளிக்கக் கூடியவர்.

லாரியில் ஏற்றிய சாமான்களை வீட்டில் இறக்கி ஒழுங்குபடுத்தியிருப்பதாகவும் சமையலறையை இவர்கள் வந்துதான் ஒழுங்கு செய்ய வேண்டும் என்றும் தாத்தா சொன்னார். ராஜன்கள் இருவரும் இனிமேல் இந்த ஊரில் தாத்தா கூடத்தான் இருக்க வேண்டும். இந்த ஊரில் உள்ள பள்ளியில்தான் படிக்க வேண்டும். தாத்தா தீபாவளி கொண்டாடமாட்டார். இனி வருங்காலங்களில் தீபாவளி கொண்டாட முடியாமல் ஆகிவிடுமே என்ற எண்ணம் இரு ராஜன்களுக்கும் ஏற்பட்டிருந்தது.

குதிரை வண்டியில் ஏறி வீட்டை அடைந்தார்கள். முன்புறம் இருபக்கமும் விசாலமான திண்ணை. உள்ளே நுழைந்தவுடன் எதிர்ச் சுவரில் பெரியார் அமர்ந்திருக்கும் பெரிய புகைப்படம். அருகே ஆணியில் ஒருவாள் மாட்டப்பட்டிருக்கும். இரண்டாம் உலகப்போர் நடந்த காலத்தில் தாத்தா சிறிதுகாலம் பிரிட்டிஷ் இராணுவப் படையில் பணிபுரிந்தார். அப்போது அவரின் பணியைப் பாராட்டி வழங்கப்பட்ட கௌரவ வாள் அது. ஒரு புறம் மரக்கட்டிலும் மறு புறத்தில் மர நாற்காலிகளும் கிடக்கும். பாட்டி நாற்காலியில் உட்கார்ந்த நிலையில் தாத்தா நின்று கொண்டிருக்கும் நிலையில் ஒரு புகைப்படமும், தேவிகாவும் அவளின் கணவரும் எடுத்துக்கொண்ட மார்பளவிலான புகைப்படமும் சுவரில் மாட்டப்பட்டிருந்தன.

ராஜன்கள் இருவரும் விடுமுறைக்கு வந்து புழங்கிய வீடுதான். ஆனால் தற்போது நிரந்தரமாக இருக்கப் போகிறார்கள். வீட்டில்

கடலும் வண்ணத்துப்பூச்சிகளும் 41

ஒரு அறை எப்போதும் பூட்டியே இருக்கும். அதில் ஏதோ பழைய சாமான்களைப் போட்டு வைத்திருந்தார்கள். தற்போது அந்தப் பழைய சாமான்களை ஒழித்துவிட்டு புழக்கத்திற்கு கொண்டுவர தாத்தா முடிவு செய்திருந்தார்.

வீட்டின் பின்புறம் வேலி அடைத்த இடத்தில் கிணறு, துவைக்கும் கல் இருக்கிறது. ஒரு முருங்கை மரம், ஒரு பப்பாளி மரம், நான்கு தென்னை மரம், ஒரு நந்தியாவட்டை மரம் இருக்கின்றன.

அடுத்தநாள் பாட்டியும் தேவிகாவும் ஏற்கனவே இருந்த சாமான்களோடு தேவிகா கொண்டு வந்த சாமான்களையும் கலந்து சமையலறையை ஒழுங்கு செய்தார்கள். வேண்டாத சாமான்களை சாக்கில் கட்டி சேந்தியில் வைத்தார்கள். தாத்தாவும் ஆட்களை வரச்சொல்லி பூட்டியிருந்த அறையைத் திறந்து தேவையில்லாத சாமான்களை சேந்தியில் வைத்து சுத்தம் செய்தார். சுத்தம் செய்தவர்கள் சில புத்தகங்களை அள்ளி நடுஹாலில் போட்டார்கள். ஒரு புத்தகம் கண்ணில்பட்டது. அந்தப் புத்தகத்தை எடுத்துப் புரட்டினான். அட்டையில் மகாபாரதம் என்று இருந்தது. எழுதியவர் பெயர் குமாரசிவாச்சாரியார் என்று இருந்தது. அந்தப் புத்தகத்தை எடுத்துத் தனியாக வைத்துக் கொண்டான்.

2

வனவாசத்திலிருந்த காலத்தில் ஒரு நாள் மார்க்கண்டேயரும், தர்மரும் பெண்களின் பொறுமையைப் பற்றியும் அவர்களின் தீர்க்கமான அறிவு பற்றியும் பேசிக்கொண்டிருந்தார்கள். அப்போது மார்க்கண்டேயர் ஒரு கதையைச் சொன்னார்.

மிக்க நியமத்துடன் பிரம்மச்சரிய விரதம் காத்த பிராமணன் ஒருவன் இருந்தான். அவன் பெயர் கௌசிகன். (பிராமணன் என்றால் பெரிய இவனா) ஒருநாள் மரத்தடியில் அமர்ந்து வேதம் ஓதிக்கொண்டிருந்தான். (வேதத்தில் என்ன இருக்கிறது) அப்போது மரத்தின் மேலிருந்து அவன் தலையில் பறவைகளின் எச்சம் விழுந்தது. மரக்கிளை ஒன்றில் ஒரு கொக்கு இருப்பதைப் பார்த்து அதுதான் எச்சம் இட்டதென்று பிராமணனுக்கு அதன் பேரில் கோபம் உண்டாயிற்று. அவனுடைய பார்வை பறவை யின் மேல்பட்டதும் அது செத்து விழுந்தது. (கொக்கு பாவம். பார்வைபட்டதும் எப்படி சாகும்) உயிரற்று பூமியில் கிடந்த கொக்கைப் பார்த்ததும் கௌசிகனுக்குத் துயரம் ஏற்பட்டது. கோபத்தால் ஒரு பாவமும் அறியாத பறவையைக் கொன்றேனே என்று துயரப்பட்டான். பிறகு வழக்கம் போல் யாசகம் எடுக்கச் சென்றான்.

ஒரு வீட்டின் வாயிலில் யாசகத்திற்காக நின்றான். அப்போது அந்த வீட்டுக்காரனுடைய மனைவி உள்ளே பாத்திரங்களைச் சுத்தம் செய்துகொண்டிருந்தாள். வேலையை முடித்துவிட்டுத் தன்னைக் கவனிப்பாள் என்று கௌசிகன் காத்திருந்தான். அப்போது அந்தப் பெண்ணின் கணவன் வீட்டிற்கு வந்தான். உள்ளே நுழைந்து "பசியாக இருக்கிறது" என்றான். (கறிக் குழம்பா ?) யாசகத்திற்காக வெளியே காத்திருக்கும் பிராமணனைக் கவனிக்காமல், கணவனுக்கு உணவு பரிமாறினாள். கணவன் சாப்பிட்டு முடித்த பின்பு கௌசிகனுக்கு உணவு எடுத்துக்கொண்டு வந்தாள். "தங்களை வெகு நேரம் காக்க வைத்தேன் மன்னிக்க வேண்டும்" என்று சொன்னாள்.

கோபத்தினால் நெருப்பைப் போல் ஜொலித்துக் கொண்டிருந்த கௌசிகன் "பல வீடுகளுக்கு போக வேண்டியவனை அவட்சியம் பண்ணிக் காக்க வைத்தாய் இது தகாது" என்றான்.

"பொறுத்துக் கொள்ள வேண்டும். கணவனுக்கு உணவு பரிமாற வேண்டியிருந்தது. அதனால் நேரமாகிவிட்டது" என்றாள்.

"கணவனைக் கவனிக்க வேண்டியதுதான். ஆனால் பிராமணர்களை அவமதித்தல் கூடாது. நீ கர்வம் கொண்டவள்" என்றான் கௌசிகன்.

"நீங்கள் பொறுமையை இழக்கக் கூடாது. நான் கொக்கல்ல. உங்கள் கோபம் என்னை ஒன்றும் செய்யாது" என்றாள்.

கௌசிகனுக்கு அதிர்ச்சியாக இருந்தது. கொக்கைப் பற்றி இவளுக்கு எப்படித் தெரியும் என்று வியந்தான்.

அவள் கூறினாள் "பெரியவரே உங்களுக்குத் தர்மத்தின் ரகசியம் தெரியவில்லை. கோபம் பெரும் பகையாகும். அதை நீங்கள் அறியவில்லை. நீங்கள் மிதிலைக்குச் சென்று அங்கு இருக்கும் தருமவியாதனிடம் உபதேசம் பெறுங்கள்."

கௌசிகன் ஆச்சரியமடைந்தான். "அம்மணி . . . உனக்கு மங்களம் உண்டாகட்டும். நீ கூறுவது எனக்கு நன்மையையே கொடுக்கும். நீ எல்லா பாக்கியத்தையும் அடைவாயாக' என்று கூறி மிதிலைக்குச் சென்றான்.

தருமத்தை உபதேசிக்கத்தக்கவராகச் சொல்லப்பட்ட பெரியவர் ஒரு தனித்த ஆசிரமத்தில் இருப்பார் என்று நினைத்துத் தேடினான். பல அழகிய வீடுகளையும், தோட்டங்களையும் தாண்டிய பிறகு, ஒரு கசாப்புக் கடையில், ஒருவன் இறைச்சி விற்றுக் கொண்டிருப்பதைப் பார்த்தான். அவனை "இவர்தான் தரும வியாதர்" என்று ஜனங்கள் காட்டினார்கள் அவனை கௌசிகன் வணங்கினான்.

3

மகாராஜன் மனத்தில் மகாபாரதக் கதை மாந்தர்கள் அலைந்தனர். கதைமாந்தர்களின் குண மோதல்களும், நெருக்கடிகளும், குண விசேஷங்களும்; புரிந்தும் புரியாத வகையில் அவனுள் சஞ்சரித்தன. கண்மாய்கரைக்குச் சென்றான். அங்கு தோளில் ஆயுதத்துடன் இருக்கும் அய்யனார் சிலையைப் பார்த்தான். கண்ணுக்கெட்டிய தூரம் வரை நெல்வயல்கள். வரப்பினூடே நடக்க ஆரம்பித்தான். சில இடங்களில் நடக்கச் சிரமமாக இருந்தது. தவறி சேற்றில் கால்பட்டது. ஓடிக்கொண்டிருந்த கால்வாய்த் தண்ணீரில் காலை நனைத்து சேற்றைப் போக்கினான். நெல் பயிரைக் கைகளினால் தடவினான். வானத்தை அண்ணாந்து பார்த்தான். வானத்தில் மேகங்கள் வெள்ளையாகவும், அடர்நீலத்திலும் மிதந்தன. மேற்கே சாய்ந்துகொண்டிருக்கும் சூரியனைப் பார்த்தான். சற்று தூரத்தில் தெரிந்த திட்டில் ஒரு மரம் இருந்தது. அதன் கீழ் வேலை செய்பவர்கள் இளைப்பாறுவதையும் தூக்குச்சட்டியில் கொண்டுவந்திருந்த உணவை உண்பதையும் பார்த்திருக்கிறான். வரப்புகளைத் தாண்டி, வயல் வெளிகளைத்தாண்டி அந்த மேட்டு நிலப்பகுதி இருந்தது. அதை நோக்கி நடக்க ஆரம்பித்தான். வயல்வெளிகளைத் தாண்டியதும் ஒரு நாயைப் பார்த்தான். நாய் அவன் அருகில் வந்து அவனை முகர்ந்து பார்த்தது. அவன் விலகினான். நாய் சற்று இடைவெளியில் அவனைத் தொடர்ந்தது. அவன் அந்தத்திட்டிலிருக்கும் மரத்தை அடைந்தான். தொடர்ந்து வந்த நாயைப் பார்த்தான். நெல்வயல்வெளியைப் பார்த்தான். காலம் வெளியாக மாறி அவன் முன்னால் கிடந்தது.

4

ரகுபதிக்கு ஹோட்டல் ஆரம்பிக்க வேண்டும் என்ற எண்ணம் வெகு காலமாக இருந்தது. ஆனந்தவிலாஸ் என்ற பிராமணாள் ஓட்டல் இப்பகுதியில் இருக்கிறது. கடைத் தெருவில் சுப்பிரமணிய அய்யர் வீடு வாடகைக்கு வருகிறது. அங்கு ஹோட்டல் வைத்து நடத்தலாம். அய்யர் வீட்டை வாடகைக்கு விட்டுவிட்டு மகனுடன் வசிப்பதற்காக சென்னை செல்லத் தயாராகிவிட்டார். வீட்டைப் பார்ப்பதற்காக ரகுபதி வந்திருந்தார். வீடு நீளமாக இருந்தது. ஹோட்டலாகக் கற்பனை பண்ணிப் பார்க்கும் போது பொருத்தமாகத்தான் இருந்தது. உத்தரங்கள் எல்லாம் பர்மா தேக்கு என்றார் அய்யர்.

பெரியார் அபிமானி என்பதாலும், ஊரில் நடைபெற்ற கூட்டத்திற்கு வந்த பெரியார், ரகுபதி வீட்டுக்கும் சென்றார் என்பதாலும் வீட்டை தனக்கு வாடகைக்கு கொடுக்க அய்யர் யோசிப்பார் என்று ரகுபதி நினைத்தார். ஆனால் அய்யர் அவ்வாறு

நினைப்பதாகத் தோன்றவில்லை. ஊரிலிருந்த பிராமணர்களில் பெரும்பாலானவர்கள் வீட்டை விற்றுவிட்டு அல்லது வாடகைக்கு விட்டுவிட்டு நகரங்களுக்குச் சென்றுவிட்டார்கள். ரகுபதிக்கு கௌரவமான பெயர் இருந்தது. வம்பு பண்ணக் கூடியவரில்லை என்ற எண்ணம் அய்யருக்கு ஏற்பட்டிருந்தது.

ஒரு சித்தாந்தத்தைப் பின்பற்றுகிறார்கள் அதைப் பொருட்படுத்தக்கூடாது என்று நினைத்துக்கொண்டார்.

அய்யரிடம் அடுத்த கட்டமாக மறுநாள் வந்து எல்லா வற்றையும் முடிவு செய்து விடுவதாகக் கூறிவிட்டு வீட்டை நோக்கிப் புறப்பட்டார். மகளையும் பேரன்களையும் காப்பாற்ற வேண்டிய பொறுப்பு வாழ்வின் இறுதிக்கட்டத்தில் ஏற்பட்டது பற்றி அவர் கவலையில் இருந்தார். விவசாயம் மட்டும் இனிப் போதாது. வேறு தொழிலில் இறங்க வேண்டும் என்ற எண்ணம் ஏற்பட்டபோது நெடுநாள் நினைப்பில் இருந்த ஹோட்டல் தொழிலை அவர் தேர்வு செய்தார். அவ்வப்போது சமையல் வேலைகளுக்குச் செல்லும் குபேந்திரனை மாஸ்டராக உபயோகப் படுத்திக் கொள்ளலாம். தொழிலின் போக்கைப் பொறுத்து அவருக்கு ஊதியம் அதிகமாகக் கொடுக்கலாம். ஹோட்டலுக்குப் பெயர் வைப்பது பற்றி அவரால் முடிவுக்கு வர முடியவில்லை. பலவிதமான நபர்கள் வந்து செல்லும் இடம் என்பதால் பெரியார் படத்தை வைக்கக் கூடாது. கடவுள் படங்களும் வைக்கக் கூடாது. அப்படி என்றால் என்ன படங்களை வைப்பது. தன் தாய் தந்தையர் படங்களைப் பெரியதாக்கி கல்லாவிற்குப் பின்புறம் மாட்டிவிட வேண்டியதுதான் என்று நினைத்தார். பாக்கியவதி விலாஸ் என்று மனைவி பெயரை வைக்கலாமா என்று யோசித்தார். அப்போது அவர் மனத்தில் சௌந்தர விலாஸ் என்ற பெயர் தோன்றியது. சரியாக முடிவெடுக்க முடியாமல் வீட்டுப்படி ஏறினார்.

பாக்கியவதி திண்ணையில் உட்கார்ந்திருந்தாள். பக்கத்தில் தினத்தந்தி பத்திரிகை இருந்தது. “படிப்பறிவு இருப்பதை ஊருக்குக் காட்டவேண்டும்” என்ற எண்ணத்தை விடமாட்டாள் போலிருக்கு என்று நினைத்துக்கொண்டார். தேவிகாவையும் வரச்சொல்லி திண்ணையில் அமரச் சொன்னார். ஹோட்டல் ஆரம்பிப்பதற்கான வேலைகளை ஆரம்பித்திருப்பதாக ஏற்கனவே அவர்கள் அறிந்திருந்தார்கள். சுப்பிரமணிய அய்யரிடம் பேசியிருப்பதாகவும் நாளை இறுதி செய்யவுள்ளதாகவும் கூறினார். என்ன பெயர் வைப்பது என்று குழம்பிக் கொண்டிருப்பதாக அவர்களிடம் கூறினார். பாக்கியவதி ‘தந்தி விலாஸ்’ என்று வைக்கலாம் என்றாள். ரகுபதி முறைத்தார். தேவிகாவைப்

பார்த்தார். அவளுக்கு முடிவு செய்வது என்றால், மலையைப் புரட்டுவது போல். சின்ன முடிவுக்குக் கூட குழம்பிக் கொண்டிருப்பாள். எனவே பேசாமலிருந்தாள். மகாராஜன் 'சௌந்தர விலாஸ்' என்றான். ரகுபதிக்கு துணுக்கென்றிருந்தது. தன் மனத்தில் இருப்பதை இவன் எப்படிச் சொன்னான் என்ற திகைப்பு அவருக்கு ஏற்பட்டது.

பாக்கியவதி கோயிலில் பெருமாளைச் சுற்றி வந்தாள். பேரன்களுக்கும், தேவிகாவிற்கும் நல்லது நடக்க வேண்டும் என்றும் ரகுபதி ஆரம்பிக்க உள்ள ஹோட்டல் தொழில் நல்லபடியாக அமைய வேண்டும் என்றும் வேண்டிக்கொண்டாள்.

"இந்த மனுஷன் பண்டிகைகள், தீபாவளி கொண்டாட விடமாட்டேங்கிறார். கேட்டால் இந்த வீட்டிலே நீ கொண்டாடினா நான்தான் கொண்டாடுறேன்னு நெனைப்பாங்க . . . அப்புறம் என்னைக் கேவலமா பேசமாட்டங்களா . . . என்னடா இவன் சொல்றது ஒன்னு . . . செய்யறது ஒன்னுன்னு . . . நினைப்பாங்கள்ல . . . நீ கோயிலுக்கு போ வேண்டாம்னு சொல்லலை. ஆனா வீட்லே கொண்டாடக் கூடாதுங்கிறார். இப்ப தேவிகாவும் பேரன்களும் வந்துட்டாங்க . . . நாளும் கிழமையுமா ஏதாவது செய்யலாம்னு பாத்தா விடமாட்டேங்கிறார்.' என்று மனத்திற்குள் புலம்பிக் கொண்டே இருந்தாள்."

அவளுக்கு அண்ணன் மகன் மகாலிங்கம் மேல் மிகுந்த நம்பிக்கையும் மரியாதையும் இருக்கிறது. அவன் அரசியலில் இறங்கி, காண்ட்ராக்ட் தொழில் செய்து குறுகிய காலத்தில் வசதியாக ஆகிவிட்டான். அரசியல் கட்சியிலும் பொறுப்பில் இருக்கிறான். ஆனால் தனது கணவர் கொள்கையென்று கூறி உருப்படாமல் போகிறார் என்று நினைத்துக்கொள்வாள்.

யாரோ கூப்பிடுவதாகத் தோன்றித் திரும்பிப் பார்த்தாள். செல்லத்தாயி வந்துகொண்டிருந்தாள். கழுத்து நிறைய நகை அணிந்திருந்தாள். "பெரியாரு கட்சிக்காரங்க என்ன வேண்டுதலுக்கு வந்தீங்க" என்றாள், செல்லத்தாயி. "கம்யூனிஸ்ட் கட்சிக்காரங்க எந்த வேண்டுதலுக்கு வந்தாங்களோ, அந்த வேண்டுதலுக்குத்தான்" என்றாள் பாக்கியவதி. செல்லத்தாயின் கணவன் ராமச்சந்திரன் டீக்கடை வைத்திருக்கிறான். கடையில் லெனின், ஸ்டாலின் படங்களை மாட்டி வைத்திருக்கிறான். ராமச்சந்திரனின் மாமா கம்யூனிஸ்ட் கட்சியில் இருக்கிறார். அவரை ஒட்டி இவனும் கட்சியின் அனுதாபியானான். கட்சியில் சேரவில்லை. கேட்டால், அந்தக் கட்டுப்பாடுகள் தனக்கு ஒத்துவராது என்பான்.

செல்லத்தாயி, வட்டிக்குப் பணம் கொடுக்கும் தொழில் செய்கிறாள். நல்ல வருமானம். குடியிருக்கும் தெருவிலேயே ஒரு வீடு வாங்கிவிட்டாள். சிறு தொழில் செய்பவர்கள் இவளிடம் பணம் வாங்கிச் செல்வார்கள். தினசரி பணம் வசூல் செய்ய ஆள் வைத்திருக்கிறாள். பணம் வாங்க வரும் ஆட்களைப் பார்த்த உடனேயேஅவர்களுக்குப் பணம் கொடுப்பதா வேண்டாமா என்று தீர்மானித்துவிடுவாள். தெனாவட்டான ஆட்களாகத் தெரிந்தால் பணம் இல்லையென்று கூறிவிடுவாள். பெரும்பாலும் மானத்திற்குப் பயந்த ஆளாகத் தோன்றுகிறவர்களைத்தான் தேர்ந்தெடுப்பாள். பெரும் பணத்தை ஒருசிலருக்குக் கொடுத்துத் தொழில் செய்வது பாதுகாப்பில்லை என்பது அவள் சித்தாந்தம். யாராவது ஓடிவிட்டால் பணம் திரும்பப் பெற வாய்ப்பில்லாமல் ஆகிவிடும். குறைந்த பணத்தை நிறையப் பேர்களுக்கு கொடுத்து வட்டியுடன் வசூல் செய்வதே செல்லத்தாயின் தொழில்.

"இந்த முந்தா நாள்தான் இந்தசெயினை புதுசா வாங்கினேன்" என்று கழுத்தில் கிடந்த செயின்களில் ஒரு செயினை எடுத்து பாக்கியவதியிடம் காண்பித்தாள் செல்லத்தாயி.

மனத்திற்குள் எரிச்சலும் ஆத்திரமும் பொங்கினாலும், பார்த்துவிட்டு "நல்லாயிருக்கு" என்றாள் பாக்கியவதி. ஒரே மகள் தேவிகா. அவளும் கைம்பெண்ணாக வீட்டோடு வந்து விட்டாள் அவளுக்குப் போட்ட நகைகளையெல்லாம் தொழில் செய்கிறேன் என்று அவளின் கணவர் அழித்துவிட்டார். கழுத்தில் போட்டிருக்கிற ஒரு செயின்தான் இருக்கிறது. தேவிகாவிற்கு விவரம் போதாது. வீட்டுக்காரன் சொன்னதை ஏன் என்ன என்று கேட்பது கிடையாது. அப்பாவி. அவளுக்கு வாழ்க்கை இப்படி அமைந்துவிட்டது. இது போன்ற விஷயங்களை வைத்துத்தான் கடவுள் இல்லை என்று சொல்கிறார்கள் போல என்று நினைத்துக்கொண்டாள்.

"பெரியவரு ஹோட்டல்ஆரம்பிக்கப் போறதா பேச்சாயிருக்கு" என்றாள் செல்லத்தாயி.

"ஆமா அப்படித்தான் சொல்லிக்கிட்டிருக்காரு".

"ஏற்கனவே ஒரு ஹோட்டல் அய்யரு நடத்தறது இருக்கு. அதுக்குப் போட்டியாவா"

"இந்தா இதுலே அரசியலைக் கொண்டு வராதே அது ஒரு தொழில்".

"எல்லாத் தொழில்லேருந்தும் அய்யரை விரட்டறதுதானே உங்க தொழில்".

பாக்கியவாதிக்கு செல்லத்தாயி பேசுவது எரிச்சலாக இருந்தது. "முதலாளியை விரட்டிட்டு அந்த எடத்துலே உக்கார்ரதுதானே உங்க கொள்கை" என்றாள் பாக்கியவதி.

5

தேவிகாவிற்கு கோகிலாவைப் பார்க்க வேண்டும் போலிருந்தது. கோகிலா திருமணமான ஒரு வருட காலத்திற்குள்ளாகவே கைம்பெண்ணாகிவிட்டாள். இருவருக்கும் சமவயது. கோகிலாவைப் பார்கக வேண்டும் என்றால் வீட்டின் பின்பக்கமாகச் சென்றுதான் பார்க்க வேண்டும். அக்ரஹாரத்து வீடுகள் நீளமாக இருந்தன. அடுத்த தெருவில் பின் வாசல்கள் இருந்தன. தேவிகா அக்ரஹாரத்தில் நுழைந்து திரும்பி கோகிலா வீட்டின் பின்வாசலை அடைந்து கதவைத்தட்டினாள்.

"தேவிகா வந்திருக்கிறேன்" என்று கூறியபடியே கதவைத் தட்டினாள்.

கதவு திறந்தது. கோகிலா நின்றிருந்தாள். நார்மடிப் புடவை உடலைச் சுற்றியிருந்தது. புடவையால் தலையை முக்காடிட்டிருந்தாள். ரவிக்கை இல்லை. கண்களைச் சுருக்கி தேவிகாவைப் பார்த்தாள். நல்ல உணவில்லாமல் வதங்கிய உடல். முக்காடு விலகிய இடத்தில் நரைமுடிகள் குத்திட்டு நின்றன. முகத்தில் இருள்.

"வா... தேவிகா..." என்றாள். தேவிகாவின் மனம் அவளுடன் தன்னை ஒப்பிட்டுப் பார்த்துக்கொண்டது.

"நன்னாயிருக்கியா" என்றாள் கோகிலா. தலையாட்டினாள் தேவிகா.

பாயில் உட்கார்ந்தார்கள். தலைக்கு வைக்கும் கட்டை அருகில் இருந்தது. சுவரோரமாக குமுட்டி அடுப்பு இருந்தது.

"ஆறுமாசத்துக்கு முன்னாடி வீட்டுக்காரரு இறந்து போயிட்டாரு... இப்ப அப்பா கூட இருக்கலாம்னு இங்க வந்துட்டேன். பசங்களை இங்கேயே சேத்துரலாம்னு இருக்கேன்" என்றாள் தேவிகா.

"இறந்துட்டாரா... எப்படி..."

"மாரடைப்பு... பொண்ணுக வாழ்க்கையே கஷ்டந்தானே... இப்ப நானும் கைம்பொண்ணு ஆயிட்டேன்..."

"என்ன செய்யறது... எது நடந்ததோ அதை விதின்றா... என் விதி இப்படி..."

"உங்க சாதியிலே மட்டும் ஏன் இப்படி பொண்ணுகளை கொடுமைப்படுத்தறாங்க?"

"உஷ் . . . ஆசாரம் . . . ஆசாரத்தை ஏத்துண்டாச்சு . . . அனுபவிச்சுத்தானே ஆகனும்."

"இப்ப காலம் மாறிக்கிட்டிருக்கே?"

"இப்பத்தானே மாறுது, அப்ப மாறலையே. இதையெல்லாம் இப்ப விட்டுட்டு வர முடியுமா?"

தேவிகா சுற்றுமுற்றும் பார்த்தாள். நார்மடிப்புடவை ஒன்று கொடியில் தொங்கிக் கொண்டிருந்தது. இன்னொான்று மடித்து வைக்கப்பட்டிருந்தது. வேறு துணிகள் இல்லை. "தவ வாழ்க்கை மாதிரியில்ல இருக்கு" என்றாள்.

கோகிலா நைந்த சிரிப்புடன் கூறினாள் "ஆமா தவ வாழ்க்கைதான் . . . அப்படித்தான் நம்ப வைப்பா . . . இந்தா பாரு தவ வாழ்க்கையை" என்று கூறிக்கொண்டே தலை முக்காடையும் மார்பை மறைத்திருந்த சேலையையும் விலக்கினாள்.

கழுத்து எலும்புகள் தெரிந்தன. முலைகள் வற்றிச் சுருங்கி யிருந்தன. சிரைத்து சில நாட்கள் ஆன தலையில் கருப்பு வெள்ளை முடிகள் தெரிந்தன. அடுத்த கணம் புடவையை மீண்டும் பழையநிலைக்கு கொண்டு வந்தாள்.

தேவிகாவிற்கு அவள் நிலையைக் கண்டு கண்களில் நீர் முட்டியது. கோகிலாவின் வலதுகையைப் பற்றிக் கொண்டாள். கோகிலாவின் உடல் சிலிர்த்தது. அவள் கண்களிலும் கண்ணீர் வழிந்தது. கையை விடுவித்துக் கொண்டாள்.

இடைக்கதவு திறந்தது. ஒரு பையன் வந்து தேவிகாவைப் பார்த்தான். "என்னோட அந்த கால பிரெண்டு" என்றாள் கோகிலா. அந்தப் பையன் "அம்மா . . . அத்தையோட அந்தக் கால பிரெண்டாம்" என்று கத்திக்கொண்டே இடைக்கதவைச் சாத்திவிட்டு ஓடினான்.

கோகிலாவிற்கு பத்தொன்பது வயதாகும் போது கணவர் இறந்துவிட்டார். பின்கட்டில் ஒதுக்கமாக வாழ்வதற்கு இடம் ஒதுக்கியாயிற்று. நாவிதன் கூந்தலை மழித்து அது பிடரியிலும், தோளிலும், மார்பிலும், தொடையிலும் விழுந்த போது தனது வாழ்வு முடிந்துவிட்டதாக உணர்ந்தாள். காரியங்களை சடங்குகளாகச் செய்வதால் தெய்வ சங்கல்பம் என்று நம்பினார்கள். கூந்தலை மழித்து ரவிக்கை, உள்பாவாடை இல்லாமல் நார்மடிப்புடவையை உடுத்திய அவளைப் பார்த்த

போது அவளின் தாயார் கதறி அழுதாள். தந்தை நடராஜ அய்யர் ஆசாரத்தை அமுல்படுத்தும் தீவிரத்தில் முக இறுக்கத்தோடு இருந்தார். வாழ்க்கை அவளை சூதாட்டக்காய் போல நகர்த்திக் கொண்டிருந்தது.

ஒரு பாய். தலைக்கு வைத்துக்கொள்ள ஒரு பலகை, குமுட்டி அடுப்பு. வெங்காயம், தக்காளி சேர்க்கக்கூடாது. மொட்டை சாம்பார் எனும் தண்ணீர் சாம்பார், தண்ணீர் மோர், ரசம், சுட்ட அப்பளம். சமையல் செய்யும் போது குளித்து ஈர நார்மடிப்புடவை யுடன் சமையல் செய்யவேண்டும். கனமான அந்தச் சேலை உடம்பின் உஷ்ணத்தில் காய வேண்டும். வேக வைத்த வாழைக்காயை நசித்து, உப்பில்லாமல் சேர்த்துக்கொள்ளலாம். உலர்ந்த நார்த்தங்காய் ஊறுகாயில் உப்பு போகுமாறு நன்றாகக் கழுவிவிட்டுச் சேர்த்துக்கொள்ளலாம். நூற்றி எட்டு முத்துக்கள் கொண்ட மாலையை உருட்டிக்கொண்டே கடவுள் நாமத்தை வாயில் உச்சரித்துக்கொண்டே பொழுதைக் கழிக்க வேண்டும். தனித்தட்டு, டம்ளர், சொற்பப் பாத்திரங்கள்.

பொழுதைக் கழிப்பது பெரும்பாடு. பின் வாசல்கதவு எப்போதுமே அடைத்திருக்கும். அவளை இருக்க வைத்த இடத்தில் உயரத்தில் ஒரு சிறு ஜன்னல் மட்டும் இருந்தது. அதன் வழியாகப் பார்க்கும் போது முருங்கை மரத்தின் சில கிளைகளும் வானமும் தெரியும். மாறாத அந்தக் காட்சியைப் பார்த்துப் பார்த்து அவளுக்கு அலுத்துப்போகும்.

நாவிதன் வருவான். அவளைத் தொடும் ஒரே ஆண். முடி சற்று வளர்ந்துவிட்டால் அவனை அழைத்து வருவார்கள். ஆரம்ப காலங்களில் அவன் கைகள் தலையைப் பற்றித் திருப்பும் போது மனம் படபடக்கும். நாளடைவில் அதுவும் மரத்துப் போயிற்று.

அவள், நார்மடிப் புடவைக் கோலம் அடைந்த பின்னர் ஒருநாள் அவளின் தந்தை, தாயார், அண்ணன், மன்னி ஆகியோர் ஒரு திருமணத்திற்கு வெளியூர் செல்ல வேண்டியிருந்தது. அவளை வீட்டிற்குள் வைத்து வெளியே பூட்டி விட்டுச் சென்றுவிட்டார்கள்.

அவர்கள் வெளியே சென்றபிறகு அண்ணன், மன்னியின் படுக்கை அறைக்குச் சென்றாள். சுற்றும் முற்றும் பார்த்தாள். மன்னியின் உள்பாவாடையும், பிராவும் ஒரு புறம் கிடந்ததைப் பார்த்தாள். அங்கிருந்த பீரோவில் பதித்திருந்த ஆள் உயரக் கண்ணாடியில் அவள் தன் உருவத்தைப் பார்த்தாள். நார்மடிப்புடவையை அவிழ்த்தெறிந்தாள். நிர்வாணமாக நின்றாள். பொருந்தாத ஆடை அது என்று தோன்றியது. அந்தப் புடவையை காலினால் எற்றினாள். தனது உடலின் அழகைப் பார்த்தாள். மொட்டைத் தலையைக் கைகளினால் தடவினாள்.

மன்னியின் உள் பாவாடையை அணிந்துகொண்டாள். பின் பிராவை அணிந்தாள். சற்றுத் தளர்வாக இருந்தாலும் பிராவும் ரவிக்கையும் பொருந்திவிட்டன. மன்னி களைந்து போட்டிருந்த சேலையை உடுத்திக் கொண்டாள். கண்ணாடி முன் நின்று பார்த்தாள். மொட்டைத்தலை மட்டும் விகாரமாகத் தெரிந்தது. பெண்ணுக்கு அழகு கூந்தல் என்று தோன்றியது. நார்மடிப்புடவையை மீண்டும் காலினால் எற்றினாள்.

கட்டிலில் தலையணையை அணைத்து சற்று நேரம் படுத்திருந்தாள். பின் எழுந்து ஆடைகளைக் களைந்து, நார்மடிப் புடவையை உடுத்திக் கொண்டாள். கண்ணாடி முன் உருவத்தைப் பார்த்தாள். அந்த அறையை விட்டு வெளியேறி தான் வசிக்கும் பின் கட்டிற்குச் சென்றாள். தலைக்கு வைக்கும் பலகையில் தலையை வைத்துப் பாயில் படுத்தாள். உடல் சூடாக இருந்தது. அழுதாள்.

அதன்பிறகு அவளின் குடும்பம் வெளியூர் செல்லும் நேரங்களில் இதையே ஆரம்பித்தாள். நாளடைவில் கோகிலாவின் உடல் மெலிந்துகொண்டே வந்ததால், மன்னியின் உடல் கூடிக் கொண்டே இருந்ததால் பிராவை தொள தொள என்று அணிந்து கொள்ள வேண்டியதாயிற்று. ரவிக்கை பொருந்தவில்லை.

காலப்போக்கில் கோகிலாவிற்கு இந்த செய்கையும் அலுத்துப்போனது. இருக்கவே இருக்கிறது நூற்றிஎட்டு முத்துக்கள் கொண்ட மாலை.

ஓம்... ஓம்... ஓம்...

6

பாண்டியராஜன் கல்லூரியில் சேர்ந்துவிட்டான். மகாலிங்கம் அத்தான்தான் அவனைக் கொண்டு போய் சேர்த்துவிட்டான். கல்லூரி முதல்வரே அத்தானை மரியாதையாக நடத்தியது, அவனுக்குப் பெருமையாக இருந்தது. அது உள்ளாட்சித் தேர்தல் காலமாக இருந்தது. மகாலிங்கத்தைச் சுற்றி எப்போதும் கட்சிக்காரர்கள் இருப்பார்கள்.

மாவட்டச் செயலாளரைப் பார்க்க மகாலிங்கம் சென்றபோது பாண்டியராஜனையும் கூட்டிக்கொண்டு சென்றான். மாவட்டச் செயலாளர் பதவி பெரிய பதவியாகத் தோன்றியது. ஒரு காரியத்திற்காக கலெக்டரிடம் சொல்ல வேண்டும் என்று ஒருவர் சொன்னவுடனேயே கலெக்டருக்கு போன் போட்டுப் பேசினார்.

தேர்தல் பிரச்சாரத்திற்கு பாண்டியராஜனும் உடன் சென்றான். மாவட்டச் செயலாளரும், மகாலிங்கமும் அடிக்கடி

ஏதோ பேசிக்கொண்டார்கள். தேர்தல் பிரச்சாரத்திற்குச் செல்லும் வேனில் ஆட்கள் நிறைந்திருந்தார்கள். கீழே பெரிய கம்புகளைப் போட்டு வைத்திருந்தார்கள். ஒன்றிரண்டு அரிவாளும் கிடந்தது.

ஒரு குறிப்பிட்ட பகுதியில் கட்சிக்கு ஓட்டுவிழாது என்றும் அந்தப்பகுதியிலுள்ளவர்கள் ஓட்டுப் போடாமல் தடுக்க வேண்டும் என்றும் பேசிக்கொண்டார்கள். தேர்தலுக்கு முந்திய நாள் மாலை ஓரிடத்தில் கூடியிருந்தார்கள். எல்லோரும் வெள்ளைச்சாமி என்பவரின் வரவுக்காகக் கூடியிருந்தார்கள். வெள்ளைச்சாமி புல்லட்டில் வந்திறங்கினான். பின்னால் ஓர் ஆள். கீழே இறங்கி வெள்ளைச்சாமி வேட்டியை மடித்துக் கட்டினான். உள் டிராயருக்குள் கையைவிட்டு ஒரு மடக்குக் கத்தியை எடுத்து அதை விரித்து அங்கிருந்த மேசையில் வைத்தான். அவனின் இடது கன்னத்தில் நீளத்தழும்பு ஒன்று இருந்தது. அவன் உடலில் பல இடங்களில் இந்த மாதிரி தழும்புகள் இருக்கும் என்று பேசிக்கொண்டார்கள்.

நாளை தேர்தல் நாளன்று அந்தக் குறிப்பிட்ட பகுதியில் ஏதோ கலவரம் நடத்தத் திட்டமிடுவது போல் பாண்டியராஜனுக்குத் தோன்றியது. அனைவரும் அடுத்த நாள் காலையில் இதே இடத்தில் கூட வேண்டும் என்று பேசிக்கொண்டார்கள். வீடு திரும்பும்போது பாண்டியராஜனிடம் மகாலிங்கம் கூறினான். "வெள்ளைச்சாமிக்கு ஒரு கெட்ட பழக்கம் கிடையாது. பீடி, சிகரெட் கிடையாது. காபி, டீ கூட குடிக்கமாட்டான். பொம்பளை சகவாசம் கிடையாது. ஆனா அடிதடிக்கு அஞ்சாத ஆளு. நாளைக்குப் பாரு வேடிக்கையை ..."

அடுத்தநாள் பேசியபடி கூடினார்கள் இரண்டு கார்கள் ஒரு வேன் தயாராக இருந்தது. வெள்ளைச்சாமி புல்லட்டில் வந்து இறங்கினான். பின்னால் வந்தவன் ஒரு சாக்கு மூட்டையை மடியில் வைத்திருந்தான். இருவரும் இறங்கி சாக்கு மூட்டையை வேனிற்குள் ஏற்றினார்கள். சாக்குமூட்டைக்குள் காலி சோடா பாட்டில்கள் இருந்தன. ஒரே ஒரு சோடா உள்ள பாட்டிலும் இருந்தது.

அந்தக் குறிப்பிட்ட பகுதிக்குச் சென்று வண்டிகள் நின்றன. வெள்ளைச்சாமி கூட வந்தவன் சாக்குமூட்டைக்குள் கையை விட்டுத்தேடி சோடா உள்ள பாட்டிலை எடுத்தான். வலது கைப்பெரு விரலை கோலி சோடாவில் வைத்துத் திறந்தான். நுரை பொங்கிக்கொண்டு வந்தது. அதை வெள்ளைச்சாமியிடம் கொடுத்தான். வெள்ளைச்சாமி அதை பாதி குடித்துவிட்டு தெருவில் போட்டு உடைத்தான். வந்திருந்தவர்களுக்கு காலி சோடா பாட்டிலைக் கொடுத்தார்கள். ஆளாளுக்கு வாங்கிக்

கொண்டு அந்தப் பகுதி வாசிகளை ஏசிக் கொண்டே தெருவில் போட்டு உடைத்தார்கள். பாண்டியராஜனும் ஒருசோடா பாட்டிலைப் போட்டு உடைத்தான். அப்பகுதி மக்கள் சிதறி வீட்டிற்குள் புகுந்தார்கள். சற்று நேரத்தில் தெரு வெறிச்சோடியது. "ஒரு பய வோட்டுப் போட போகக்கூடாது. அடுத்து கொலைதான்" என்று வெள்ளைச்சாமி கத்தினான். மகாலிங்கமும் சேர்ந்து கொண்டான். நடக்கும் செய்கை தவறானது போலவும் அதே சமயம் சாகசச் செயல் போலவும் பாண்டியராஜனுக்குத் தோன்றியது.

7

நடேச அய்யர் மிகுந்த வருத்தத்துடன் இருந்தார். நேற்று இரவு முழுவதும் அவருக்குத் தூக்கம் வரவில்லை. ஸ்வாமிக்கு அர்ச்சனை செய்த போதும் அவருடைய மனம் அங்கு இல்லை. கோயிலின் வேலையாள் கூறியது அவர் காதில் ஒலித்துக் கொண்டிருந்தது. "அய்யரை அதிகாரம் பண்ண நாளைக்கி வர்றவன் யாரு தெரியும்ல நீங்க போட்டு மிதிச்ச ஆள். அவரு வந்து உங்களை போட்டு மிதிக்கப் போறான் பாருங்க"

நாளைக்கு தாழ்த்தப்பட்ட சமூகத்தைச் சேர்ந்த அண்ணாமலை, கோயிலின் செயல் அலுவலராகப் பணியேற்கிறார். மனம் ஒப்புக்கொள்ளாத நடேச அய்யர், பொறுப்பை சக அர்ச்சகரிடம் ஒப்படைத்து விட்டு தாமரைக்குளத்தின் படிக்கட்டில் அமர்ந்தார். அருகே உயரமான அரசமரம். அதைச் சுற்றி மேடை கட்டி அதில் ஒரு பிள்ளையார். உலகம் தலைகீழாக மாறி வருவதாகத் தோன்றியது.

ஒரு மகளைத் திருமணம் செய்து கொடுத்தாயிற்று. ஒரு மகன் சென்னையில் வேலை பார்க்கிறான். தான் இல்லாவிட்டாலும் மனைவி சென்னை சென்று மகனிடம் இருந்து கொள்வாள். இவ்வாறெல்லாம் அவருக்குச் சிந்தனை ஓடியது.

அடுத்த நாள் காலையில் தாமரைக் குளத்தில் நடேச அய்யர் பிணமாகக் கிடந்ததை சக அர்ச்சகர் பார்த்தார்.

‘ஆணும் பெண்ணும்’ என்ற குறுநாவலின் பகுதி

ரேவதி, ஒரு வயது மகனுடன் ஏரிக்கரையில் இருந்து ஏரியையும், ஏரியில் செல்லும் படகுகளையும் வேடிக்கை பார்த்துக்கொண்டிருந்தாள். அவளுடைய கணவன் ஏரிக்கரையில் சற்றுத் தள்ளியிருந்த இரும்பு நாற்காலியில் அமர்ந்திருந்தான்.

குளிர் ஒரே சீராக இல்லை. ஒரு நேரம் அதிகமாகவும், ஒரு நேரம் மிதமாகவும் இருக்கிறது. திருமணமாகி ஒன்றரை ஆண்டுகள் ஆகின்றன. கணவன் கால் மேல் கால் போட்டு அமர்ந்திருக்கிறான். பண்பாகப் பழகுகிறான். அவளை நல்லவிதமாக நடத்துகிறான். இயற்கையாகவே அகங்காரமும், தேவையற்ற அதிகாரமும் அவனிடம் இல்லை. நல்ல வாழ்க்கைதான் என்று தோன்றியது.

அவளுக்கு ரவிச்சந்திரன் நினைவு ஏறக்குறைய தினமும் வருவதுண்டு. எதிலும் முன்நிற்கும் குணமுடையவனாக இருந்தான் ரவிச்சந்திரன். அவனுடைய அகங்காரம்தான் அவளை, அவன் மீது காதல் கொள்ளச் செய்தது. அவன் சற்றுப் பொறுமையாக இருந்திருந்தால் இந்நேரம் அவன் கணவனாக, இதோ இப்போது அவள் கணவன் உட்கார்ந்திருக்கும் இடத்தில் கால்மேல் கால் போட்டு அமர்ந்திருப்பான். வாழ்வின் ஆட்டம் அதன் நகர்வுகளினால் மாறிக்கொண்டேயிருக்கிறது. ரவிச்சந்திரனும், ரேவதியும் காதலர்களாக இருந்த காலங்கள் ரேவதிக்கு மகிழ்ச்சியானவை. ஆணின்

அண்மையை உணர்ந்த தருணங்கள். வாழ்க்கைப் பாதை எப்படியோ நிர்ணயிக்கப்பட்டு தற்போது இருக்கும் விதத்தில் அமைந்துவிட்டது.

ரேவதியின் தந்தை நகரத்தின் பிரபல தொழிலதிபர்களில் ஒருவர். ஆச்சாரங்களிலும் சடங்கு சாஸ்திரங்களிலும் நம்பிக்கை உள்ளவர். தெலுங்கு மொழி பேசுபவர்கள் குடும்பத்தார்கள். அவருடைய தொழிலைச் சேர்ந்த ஊழியர்கள் அவரிடம் பேசுவவதற்கே அஞ்சுவார்கள்.

அதனால் ரேவதி, தந்தையிடமோ தாயிடமோ சொல்வதற்கு அஞ்சிக்கொண்டு இருந்தாள். ரவிச்சந்திரன், அவனது வீட்டைப் பொறுத்தவரை பிரச்சினை ஏதும் இருக்காது என்றும், ரேவதி அவளுடைய குடும்பத்தாரிடம் சம்மதம் வாங்கிய பின்பு தனது குடும்பத்திடம் சொல்லி சம்மதம் வாங்கி விடுவேன் என்றும் ரேவதியிடம் கூறியிருந்தான். ஆனால் அவனாலும் அவனுடைய குடும்பத்தாரிடம் ஒப்புதல் வாங்க முடியவில்லை.

ரேவதியின் தந்தை ரங்கசாமி வெளியே கிளம்புவதற்கு முன்பு பெருமாளை வழிபட்டுச் செல்வது வழக்கம். அன்று அவர் பூஜையறையில் இருந்து வெளியே வருவதற்கு முன் ரேவதி அவர் காலில் விழுந்து அழுதாள் "அப்பா என்னை மன்னிச்சிடுங்க... நான் ஒருத்தரைக் காதலிக்கிறேன். என்னை ஏத்துக்கங்க..." என்றாள்.

ரேவதி அவர் காலைப் பிடித்திருந்தாள். அவரின் வலது கால் அவளை நெட்டித் தள்ளியது. அவள் தள்ளிப் போய் விழுந்தாள். எதிர்பார்க்காத அதிர்ச்சியில் அழுதாள். ரங்கசாமி அவர் மனைவியை சத்தம் போட்டு அழைத்தார். அவள் ஓடி வந்தாள்.

ரேவதி மன உளைச்சலுடன் இருந்தாள். ரவிச்சந்திரன் நாற்காலியில் அமர்ந்திருந்தான். ஆடைகள், பள்ளி, கல்லூரி சான்றிதழ்கள் ஆகியவற்றை எடுத்து வீட்டை விட்டு வெளியேறி யதை இப்போதும் பயத்துடன் நினைத்துக்கொள்கிறாள்.

யாரோ அழைப்புமணி அடித்தார்கள். ரேவதியின் அம்மா சென்று பார்த்து கதவைத் திறந்தாள். வந்தவள் சுரிதார் அணிந்திருந்தாள். சிகப்புத் துப்பட்டாவை கழுத்தைச் சுற்றிப் போட்டிருந்தாள். சிகரெட் வாசனை அடித்தது. அவள் ரேவதியின் அம்மாவின் கண்களை நேரடியாகப் பார்த்தாள். ரேவதியின் அம்மா ஸ்தம்பித்து நின்றிருந்தாள். சோபாவைக் காண்பித்து உட்காரச் சொன்னாள் சிகப்புத் துப்பட்டாக்காரி. ரேவதியின் அம்மா உட்கார்ந்தாள். ரேவதியைப் பார்த்து, "நீ போய் உன்

துணிமணிகளையும் சர்ட்டிபிகேட்டுகளையும் பெரிய பேக்கில் எடுத்து வை. சீக்கிரம்" என்றாள் சிகப்புத் துப்பட்டாக்காரி.

ரேவதி அறைக்குள் சென்றாள். பீரோவைத் திறந்து துணிகளை எடுத்து அங்கிருந்த பெரிய பேக்கில் திணித்தாள். சிகப்புத் துப்பட்டாக்காரி தொலைக்காட்சிப் பெட்டியை ஆன் செய்து, செய்திகளைப் பார்த்துக்கொண்டிருந்தாள். ரேவதியின் அம்மா, எல்லாவற்றையும் பார்த்துக்கொண்டு உட்கார்ந்திருந்தாள். சிகப்புத் துப்பட்டாக்காரி அறைக்குள் நுழைந்து, "சீக்கிரமா எடுத்து வை" என்றாள் ரேவதியிடம்.

ரேவதி அறையை விட்டு வெளியே வந்தாள். சிகப்புத் துப்பட்டாக்காரி தொலைக்காட்சிப் பெட்டியை ஆப் செய்தாள். "அம்மாட்டே ஆசீர்வாதம் வாங்கிக்க" என்றாள். ரேவதி குனிந்து அம்மாவை வணங்கினாள். "சரி வா கிளம்புவோம்" என்றாள் சிகப்புத் துப்பட்டாக்காரி. இருவரும் கிளம்பினார்கள். ரேவதியின் கண்களில் நீர் வந்தது. வெளியே நின்றிருந்த ஆட்டோவில் இருவரும் ஏறிச்சென்றார்கள்.

அறையில் ரவிச்சந்திரனும் ரேவதியும் இருந்தார்கள். அவன் அவளின் கன்னத்தைத் தடவி கையைக் கீழே கொண்டு வந்தான். அவள் அவனுடைய கையைத் தட்டிவிட்டாள். கதவைத் தட்டும் சத்தம் கேட்டது. அவன் திறந்தான். பம்பை முடியுடைய அவனுடைய நண்பன் பாலாஜி நின்றிருந்தான். "சப்ரிஜிஸ்டார் ஆபீஸ்லே மேரேஜை ரிஜிஸ்டர் பண்றோம்" என்றான். ரேவதிக்கு அந்த பம்பைத் தலையுள்ளவனைப் பிடிக்க வில்லை. அவன் மனத்தில் கள்ளம் இருக்கிறது என்று தோன்றிக் கொண்டேயிருந்தது. தவிர, அவன் அவளைப் பார்க்கும் பார்வையும் அவளுக்குப் பிடிக்கவில்லை. ரவிச்சந்திரன்தான் அந்தப் பம்பைத் தலையுள்ள பாலாஜியை, எந்த வேலையையும் திறம்படச் செய்யக்கூடியவன் என்று நம்புகிறான்.

"பாலாஜி, காபி சாப்பிடுவோமோ ..." என்றான் ரவிச்சந்திரன். ரேவதியைப் பார்த்தான். அவள் தலையாட்டினாள். பாலாஜி அங்கிருந்த தொலைபேசியை எடுத்து காபி கொண்டு வரச் சொன்னான். மறுநாள் காலையில் செய்துள்ள ஏற்பாடுகளையும், எத்தனை மணிக்கு எப்படிச் செய்யவேண்டும் என்பதையும் பாலாஜி விவரித்துக்கொண்டிருந்தான். காபி வந்தது. காபி குடித்துக் கொண்டிருக்கும்போது, ரேவதி காபி குடிப்பதை பாலாஜி அவளுக்குத் தெரியாமல் பார்த்தான்.

ரேவதியை ஓரக்கண்ணால் பார்த்தபடி பாலாஜி விடை பெற்றுக்கொண்டான். பக்கத்து அறையில்தான் அவன்

தங்கியிருந்தான். வேறு சில நண்பர்களும் அவனுடன் இருந்தார்கள். வெளியே சென்றிருந்த அந்த நண்பர்கள் இன்னும் சிறிது நேரத்தில் வருவார்கள்.

ரவிச்சந்திரனிடம் ரேவதி சொன்னாள், "எனக்கு இன்னைக்கு இரவு தங்குவதற்கு ஏதாவது குடும்பம் இருக்கிற வீடா பாருங்க" என்றாள்.

"அதுக்கான வாய்ப்பு இல்லை" என்றான் ரவிச்சந்திரன்.

"ஏதாவது நடந்துடும்னு பயப்படறியா" என்றான்.

அவள் தயக்கத்துடன் "இல்லை, எனக்கு சௌகரியமா இருக்கும்னு நெனச்சேன்" என்றாள். பிறகு எழுந்து சென்று பெட்டியைத் திறந்தாள். அப்போது நாயின் நிழல் சுவரில் தெரிந்தது. பெட்டியிலிருந்த வெங்கடாஜலபதி படத்தை எடுத்து மேஜையில் வைத்தாள்.

அவளுக்கு நாய் என்றால் பயம். தெருவில் நாயைப் பார்த்தாலே அடுத்த தெரு வழியாகச் சுற்றி வீட்டுக்கு வருவாள். பக்கத்தில் பார்த்தால் பவ்யமாக ஒதுங்கி நாயைக் கடந்து செல்வாள். அவள் பெட்ஷீட்டை எடுத்துத் தரையில் விரித்து ஒரு தலையணையை அதில் போட்டாள். "நான் கீழே படுத்துக் கொள்கிறேன்" என்றாள் அவள். "அதுவும் நல்லதுக்குத்தான்" என்றான் அவன்.

மேஜையில் வைக்கப்பட்டிருந்த வெங்கடாஜலபதி படம் திருப்பி வைக்கப்பட்டிருந்தது. சுவரில் நாயின் நிழல் இருப்பது போலவும் இல்லாதது போலவும் மாறிமாறித் தெரிந்தது.

அவள் அவன் கையை விட்டு விலக்கி எழுந்தாள். பாத்ரூம் போய்விட்டு வந்தாள். இன்பத்துள் துய்த்து ஓய்ந்த உடலின் களைப்பு அவளுக்கு இருந்தது. முகம், கைகால்களைக் கழுவினாள். வெளியே வந்து துண்டை எடுத்து நீரைத் துடைத்தாள். அவன் தூங்கிக்கொண்டிருந்தான். ஆணின் உடல் அறிமுகமாகி விட்டது. மேசையில் இருந்த திருப்பி வைக்கப்பட்ட வெங்கடாஜலபதியின் படத்தை பழைய நிலைக்குக் கொண்டு வந்தாள். சுவரைப் பார்த்தாள். நாயின் நிழலைக் காணோம். அவள் தரையில் படுத்துக்கொண்டாள்.

அடுத்த நாள் காலையில் குளித்து நல்ல ஆடைகள் அணிந்து தங்கியுள்ள விடுதியிலிருந்து வெளியே வந்தார்கள். நண்பர்களும் உடன் இருந்தார்கள். அவர்கள் ஏற வேண்டிய வாகனமும் இரு சக்கர வாகனங்களும் நின்றிருந்தன. திடீரென இரண்டு பெரிய கார்கள் அவர்கள் இருக்கும் இடம் அருகே வந்து நின்றன.

அவற்றிலிருந்து இறங்கிய ஆட்களில் சிலர் ரவிச்சந்திரனின் நண்பர்களை கம்பினால் அடித்து விரட்டினார்கள். ஒருவன் ரேவதியைப் பிடித்து காரில் ஏற்றியபோது, ஒருவன் உருட்டுக் கட்டையால் ரவிச்சந்திரனின் காலில் அடித்தான். பெரும் வலியுடன் அலறிக்கொண்டே அவன் கீழே விழுந்து கத்தினான். ரேவதி திமிறிக்கொண்டு செல்ல முயன்றாள். முடியவில்லை. கார் நகன்றது. காரின் முன்சீட்டில் ரேவதியின் அப்பாவினுடைய நண்பர் பாண்டுரங்கன் உட்கார்ந்திருந்தார்.

ஏரியையும் சுற்றித்திரியும் சுற்றுலாப் பயணிகளையும் வேடிக்கை பார்த்துக்கொண்டிருந்தபோது அவளுக்கு சற்று தூரத்தில் ஒரு கார் வந்து நிற்பதை ரேவதி பார்த்தாள். கார் கதவு திறந்தது. காரிலிருந்து வலது கையில் ஊன்றுகோலுடன் ஒருவன் இறங்கினான். வலது காலில் ஊனம் இருந்தது. நின்று ஏரியைப் பார்த்தான். ரேவதிக்குத் தெரிந்துவிட்டது. அவன் ரவிச்சந்திரன்தான். அவனைப் பார்த்ததும் அவளுக்கு திகைப்பும் மகிழ்ச்சியும் ஒருசேர ஏற்பட்டது. அவனை நோக்கி அவள் குழந்தையுடன் வேகமாக நடந்தாள்.

அவள் நடந்தாள். தற்செயலாக திரும்பியவன் அவளைப் பார்த்தான். எதிர்பாராத நிகழ்வு அது. அவள் புன்னகைத்தாள். “நல்லாயிருக்கியா ...” என்றான். அவள் அவனுடைய காலைப் பார்த்தாள். “அன்னைக்கு காலை ஒடச்சிட்டாங்க...” என்றான். அவள் கண்களில் நீர் ததும்பியது. குழந்தையைக் கன்னத்தில் தடவினான். “என்னாலதானே உங்களுக்கு இப்படி ஆச்சு” என்றாள். அவன் சிரித்தான். “உங்களுக்கு கல்யாணமாயிடுச்சா...” என்றாள். “ம்... ஆகி விவாகரத்தும் ஆயிருச்சு...” என்றான். “உன் வீட்டுக்காரர் எங்கே” என்றான் அவன். இரும்பு நாற்காலியில் ஏரியைப் பார்த்து உட்கார்ந்திருந்த அவனை அவள் காண்பித்தாள். சிறிதே சிரித்தான்.

அவள் நடந்தாள். தற்செயலாகத் திரும்பியவன் அவளைப் பார்த்தான். எதிர்பாராத அந்த நிகழ்வில் அவன் முகம் திடீரென மாறியது. அவள் குழந்தையுடன் சிரித்துக்கொண்டே வந்துகொண்டிருப்பதைப் பார்த்தான். அவன் முகம் இறுகியது. அவள் அருகில் வந்து “ரவி” என்றாள். அடுத்த கணம் இடது கையால் அவளைக் குழந்தையுடன் அடித்துத் தள்ளினான். “உன்னாலே தாண்டி ஊனமானேன், தேவடியாளே” என்றான். குழந்தை அழுதது. கீழே விழுந்த அவள் குழந்தையுடன் எழுந்தாள். மீண்டும் அவன் அவளை அடித்துத்தள்ள முன்வந்தான். அவள் பின்னோக்கி குழந்தையுடன் ஓடினாள். “தேவடியாப் பயலே” என்று திட்டினாள். அவள் கணவன் அவளைப் பார்த்து எழுந்து

ஓடிவந்தான். "என்ன நடந்தது?" என்றான். கார் கிளம்பியது. அவள் அழுதுகொண்டே, "அவன் இப்படித்தான்... படிக்கிற காலத்துலேயிருந்து என்னைத் தொல்லை பண்ணிக்கிட்டிருப்பான் காலிப்பய... இப்ப என்னைப் பார்த்ததும் அவன் வேலையைக் காண்பிக்கிறான்." என்றாள்.

"கவலைப்படாதே..." என்று கணவன் அவள் தோளைப் பற்றிக்கொண்டு சொன்னான். "நாம உடனே ஊருக்கு கிளம்பணும்" என்றாள். "கிளம்புவோம் நாளைக்கு காலையிலே கிளம்புவோம்" என்றான். "இப்பவே கிளம்ப முடியாதா" என்றாள். "யோசிப்போம்" என்றான்.

அடுத்த நாள் காலையில் கிளம்புவதாக முடிவெடுத்தார்கள். அவள் துணிகளை எடுத்துப் பெட்டியில் வைத்து அடுக்கிக் கொண்டேயிருந்தாள். ஜன்னல் வழியே வெளியே பார்த்தபோது ரவிச்சந்திரன் காரை விட்டு இறங்குவது தெரிந்தது. அவளுக்கு இருதயம் வேமாகத் துடிக்க ஆரம்பித்தது. வயிற்றைக் கலக்கியது. கழிவறைக்குச் செல்லவேண்டும் போலிருந்தது. அவளுடைய கணவனும் அவனுடைய துணிகளைப் பெட்டியில் வைத்துக் கொண்டிருந்தான்.

வாசல் கதவு மணி அடித்தது. ரேவதி கதவைத் திறந்தாள். அன்று வந்த சிகப்பு துப்பட்டாக்காரி நின்றுகொண்டிருந்தாள். "நான் பார்த்துக்கொள்கிறேன்... கவலைப்படாதே" என்று சொல்லிவிட்டுச் சென்றாள். ரேவதி கதவைச் சாத்தினாள். "யார்?" என்றான் கணவன். "தவறுதலா ஒருத்தர் வந்து பெல்லடிச்சுட்டாரு" என்றாள். கழிவறைக்குச் சென்றாள் அவள்.

காரிலிருந்து இறங்கினவனைப் பார்த்து ரேவதி உற்சாகமாக ஓடியது அவள் கணவனின் நினைவுக்கு வந்தது. அவளைச் சுற்றி ஏதோ மர்மம் ஓடிக்கொண்டிருப்பதுபோல அவனுக்குத் தோன்றியது

'இசபெல்லா' என்ற குறுநாவலின் பகுதி

நான் இந்த நிலப்பரப்பை பார்த்து வியந்தேன். இரு பக்கங்களிலும் வீடுகள் இல்லாத காட்டுப் பாதை. வந்து சேர்ந்தோம். நானும் என் நண்பன் ஜான்சனும் ஜீப்பிலிருந்து இறங்கினோம். அரை டிராயர் அணிந்து மேலே சட்டையில்லாமல் நரைத்த தலை, தாடியுடன் எங்களை ஒரு வெள்ளைக்காரர் எதிர்கொண்டார். யு.கேயிலிருந்து வந்த ஜியார்ஜ் என்று என்னிடம் அவரை அறிமுகப்படுத்தினான் ஜான்சன். என்னையும் அறிமுகப்படுத்தினான். நாங்கள் இருவரும் கைகுலுக்கிக் கொண்டோம்.

அதை வீடு என்று சொல்ல முடியாது. வழக்கமாக நாம் பார்க்கும் வீடுகள்போல இல்லை. கான்கிரீட் மேற்கூரையுள்ள திறந்தவெளி ஹால். உயரக்குறைவான சுற்றுச்சுவருடன் இருந்தது. நடுவே டைனிங் டேபிள் நாற்காலிகள் மற்றும் பிற நாற்காலிகள். அங்கிருந்து தெரியும் நிலப் பரப்பைப் பார்த்துத்தான் நான் வியந்திருந்தேன். இந்த ஹாலிலிருந்து சற்று தூரத்தில் ஏரி இருந்தது. சூரிய வெளிச்சத்தில் ஏரி ஜொலித்தது. சற்று தூரத்தில் மரங்கள் உள்ள மலைத்தொடர் பச்சைப் பசேலென்றிருந்தது. ஏரியின் ஓரத்தில் இரண்டு படகுகள் மிதந்தன. ஹாலை ஒட்டி அறைகள்

இருந்தன. பெரிய அறைகளாக இருக்க வேண்டும். இந்த வீட்டைச் சுற்றி வீடுகள் ஏதுமில்லை. இதில்தான் ஜியார்ஜ் தனியாக வசித்துவருகிறார் என்றும், அவரே ஒயின் தயாரிப்பார் என்றும் சிக்கன் குழம்பும் வறுவலும் புரோட்டாவும் அவருக்குப் பிடித்த உணவு என்றும், நாம் வருவதைத் தெரிவித்திருந்ததால் நமக்கும் சேர்த்து உணவு தயார் செய்திருப்பார் என்றும் ஜான்சன் என்னிடம் ஏற்கனவே சொல்லியிருந்தான்.

டைனிங் டேபிளைச் சுற்றிப் போடப்பட்டிருந்த நாற்காலிகளில் நாங்கள் அமர்ந்திருந்தோம். அதை டைனிங் டேபிள் என்று சொல்ல முடியாது. ஏனென்றால் பெரிய டேபிளாக அது இருந்தது. நான்கு பக்கமும் சுமார் 14 நாற்காலிகள் போடலாம். இங்கு அமர்ந்து இயற்கையை ரசிக்கலாம், பேப்பர் படிக்கலாம், வேறு வேலைகள் பார்க்கலாம். புத்தகம் படிக்கலாம். மேற்கூரையில் மின்விசிறி வசதியும் இருந்தது. ஆனால் தேவைப்படாத அளவுக்கு காற்றும் குளிர்ச்சியும் இருந்தது.

ஜியார்ஜுக்கும் ஜான்சனுக்கும் நல்ல பழக்கம் இருந்தது. அவரோடு சேர்ந்து ஒரு மலைப் பிரதேசத்தில் ஓட்டல் ஆரம்பிப்பது தொடர்பான திட்டத்தில் ஜான்சன் இருந்தான். இப்போது பொழுதுபோக்கிற்காக இந்த இடத்திற்கு வந்திருக்கிறோம். என்னை எழுத்தாளன் என்று அறிமுகப்படுத்த வேண்டாம் என்றும் மருந்துகள் மாத்திரைகள் மொத்தமாக விற்பனை செய்பவன் என்று கூறும்படியும் ஜான்சனிடம் கூறியிருந்தேன். அவ்வாறே ஜான்சனும் ஜியார்ஜிடம் கூறியிருந்தான்.

ஒயினும் உணவும் தயார் நிலையில் இருப்பதாகவும் சற்று நேரத்தில் உணவு எடுத்துக்கொள்ளலாம் என்றும் ஜியார்ஜ் கூறினார். அவர்கள் இருவரும் பேசிக்கொண்டிருக்க, நான் எழுந்து சுவரோரத்தில் நின்று ஏரியையும் மலையையும் பார்த்தேன். என் மனத்தில் இரண்டு நாட்களுக்கு முன் நண்பன் சொன்ன செய்தி ஓடிக்கொண்டிருந்தது. வறிய குடும்பத்தில் ஓட்டுக்குடித்தன வீட்டில் குடியிருக்கும் ஒரு பையன், வீட்டை விட்டு வெளியே வரும்போது எங்கிருந்தோ ஒரு காக்கை பறந்து வந்து அவன் தலையில் கொத்திவிட்டுப் பறந்து சென்றுவிடுகிறது. ஒவ்வொரு நாளும் வெவ்வேறு நேரத்தில் வெளியே வந்தாலும் அந்தக் காக்கை அவன் தலையில் கொத்திவிடுகிறது. இந்தச் சம்பவம் சில நாட்கள் நீடிக்கிறது. இந்த அமானுஷ்ய சம்பவத்தினால் அவன் பயந்து விடுகிறான். தன்னை பாவம் செய்தவனாகக் கருதி அவன் தற்கொலை செய்துகொள்கிறான். இந்தச் செய்தியை எப்படிக் கதையாக்குவது என்று நான் இந்தச் செய்தியைக் கேட்டதிலிருந்து யோசித்துக்கொண்டிருக்கிறேன்.

எனக்கு அதைக் கதையாக மாற்றும்போது எப்படி வடிவமைக்க வேண்டும் என்று சில யோசனைகள் தோன்றின.

1. பலமில்லாத சாதியைச் சேர்ந்தவனாக இருக்க வேண்டும்.
2. பொருளாதாரம் போதாமல் இருப்பதால் பலவீனமான ஆட்களாக அவனுடைய குடும்பத்தினர் இருக்க வேண்டும்.
3. கடவுள் பக்தியுடன் அமானுஷ்யமான சக்திகளின் மீது நம்பிக்கையுடையவனாகவும் அவனும் அவனுடைய குடும்பத்தினரும் இருக்க வேண்டும்.
4. அவன் தன்னைப் பாவம் செய்தவனாக உணருகிறான். எனவே அவன் செய்த செயல்களை ஆராய்கிறான். அவ்வாறு செய்யும்போது பல விஷயங்கள் பாவம் என்று தோன்றுகிறது. பெண்களைக் கவனிப்பது கூட பாவம் என்று தோன்றுகிறது.
5. இந்த ஆராய்ச்சியில் அவன் உள் மனத்தில், கவண் கல் அடித்து ஒரு அணிலைக் கொன்றது மிகப் பெரிய பாவமாகத் தோன்றுகிறது.
6. சைவம் சாப்பிடுபவனாக, அல்லது பொருளாதார நிலையினால் எப்போதாவது அசைவம் சாப்பிடுபவனாக இருக்க வேண்டும்.
7. அவனுக்கு ஒரு தங்கையை உருவாக்க வேண்டும்.
8. வீட்டு வேலைகள் செய்து சம்பாதிப்பவராக தாயாரை அமைக்க வேண்டும்.
9. தந்தை அலுவலகங்களில் சுண்டல் விற்பவராக இருக்க வேண்டும்.
10. அவனுக்குத் தற்கொலை எண்ணம் வருவதற்கும் தூண்டுவதற்கும் மனநிலையில் விசித்திரங்கள் தோன்ற வேண்டும்.
11. கனவுகள் அச்சுறுத்துபவைகளாக அமைய வேண்டும்.

இவ்வாறு யோசித்துக்கொண்டிருக்கிறேன். ஆனால் அந்தக் குறிப்பிட்ட காக்கை குறிப்பாக வீட்டைவிட்டு அவன் வெளியே வரும்போது ஏன் கொத்துகிறது என்பது மர்மமாக இருக்கிறது. அவன் ஒரு பலம் வாய்ந்த கொடுமைக்காரனாக இருந்தால் காக்கை இப்படிக் கொத்துவதை ஒரு குறியீடாக காண்பிக்கலாம். ஆனால் அத்தகைய குறியீடு கலையம்சம் அற்ற

சுரேஷ்குமார இந்திரஜித்

சாதாரண உத்தியாகத் தோன்றியது. எப்படிப் புரிந்துகொள்வது அந்தக் காக்கையை. அவனுக்கு நேர்ந்த அவலம் தர்க்கத்திற்கு அப்பாற்பட்டதாக இருப்பதை எப்படிக் காண்பிப்பது.

அப்போது பறவைகள் கூட்டம் வரிசையமைத்து வானத்தில் பறந்து செல்வதைப் பார்த்தேன். கூர்ந்து பார்க்கும்போது ஏரிக்கரையில் சில கொக்குகள் திரிவது தெரிந்தது. ஜான்சன் சாப்பிடக் கூப்பிட்டான். முள்கரண்டியில் எனக்குச் சரியாக சாப்பிட வராது. கையினால் சாப்பிடவும் கூச்சம் ஏற்படும். சமாளித்துக் கொள்ளலாம் என்று நாற்காலியில் அமர்ந்தேன்.

"தயக்கமில்லாமல் சாப்பிடுங்கள்" என்றார் ஜியார்ஜ். நல்ல வேளையாக சிக்கன், எலும்புகள் இல்லாத துண்டுகளாக இருந்தது. ஒயினை அருந்தினேன். "நானே தயார் செய்தது" என்றார் ஜியார்ஜ். புதுவிதமான துவர்ப்புடனும் இனிப்புடனும் ஒயின் இருந்தது.

"நீங்கள் தனியாகவா இருக்கிறீர்கள்?" என்றேன்.

"ஆமாம். இந்த இடத்தைப் பார்த்ததும் எனக்குப் பிடித்து விட்டது."

'என் விருப்பப்படி வீட்டைக் கட்டினேன். இன்னும் சில போதாமைகள் உள்ளன. எனக்குத் தனியாக இருக்கப் பிடிக்கும். நான் தனிமையாக இருப்பதில் நிம்மதியும் ஆனந்தமும் அடைகிறேன். என் மகன் பிரெஞ்சுப் பெண்ணைத் திருமணம் செய்து பாரீஸில் வசிக்கிறான். எனக்கு அவன் பிரெஞ்சுப் பெண்ணைத் திருமணம் செய்தது பிடித்தமில்லாமல் இருந்தது. வரலாற்றில் இங்கிலாந்திற்கும் பிரான்சிற்கும் இடையே ஏற்பட்ட போர்களும் மோதல்களும் எனக்கு அப்படி ஒரு மனநிலையை ஏற்படுத்தியிருந்தது. பிறகு எல்லாம் சரியாகிவிட்டது. அவன் எனக்கு உதவி செய்கிறான். என் மனைவி புற்றுநோயால் இறந்துவிட்டாள். என் இனிய காதலியாக இருந்தாள். இறக்கும் போது என்னைப் பற்றிக் கவலைப்பட்டாள். பிறகு, எனக்குத் திருமணம் செய்துகொள்வதில் நாட்டமில்லை. பொருத்தமான பெண்ணும் அமையவில்லை. நான் தனியே இருக்கிறேன். ஏரியில் குளிப்பேன். அங்கிருந்து நீர் சொட்டச்சொட்ட இந்த வீட்டிற்கு நடந்து வருவேன். அற்புதமான தருணம் அது. அவ்வளவு பேரானந்தம். வீட்டிற்கு வந்து ஒயின் சாப்பிடுவேன். தனிமையின் ஆனந்தத்தைக் கொண்டாடும் விதம் அது. பிறகு இருக்கவே இருக்கிறது சிக்கன்.

நான் சொல்கிறேன்
தனிமை என்பது மழைத்தூறல்.
தனிமை என்பது பேரானந்தம்

தனிமை என்பது இளவெயில்
தனிமை என்பது ஏரியில் படகில் செல்வது
தனிமை என்பது சங்கீதம்
தனிமை என்பது களியாட்டம்
தனிமை என்பது சந்தோஷமானவற்றை மட்டும் திரும்ப நினைப்பது
தனிமை என்பது சிக்கன்
தனிமை என்பது ஒயின்
தனிமை என்பது பறக்கும் ஒற்றைப் பறவை
தனிமை என்பது தாய்
தனிமை என்பது புரோட்டா மாவு பிசையும் கைகள்
தனிமை என்பது என் பேரன்
தனிமை என்பதற்கு ஜியார்ஜ் என்று பெயர்

ஜியார்ஜ் கவிதை மாதிரி கூறினார். நானும் ஜான்சனும் கைதட்டினோம். ஒயின் வைத்திருந்த பாட்டிலில் இருந்து ஒயினை ஊற்றிக்கொண்டோம்.

"தனிமை என்பது எனக்குப் பயம் தரக்கூடியது. வெல்லற்கரியது என்று நினைத்திருந்தேன். நீங்கள் ஓர் அபூர்வ மனிதர். தனிமையில் இருக்கும்போது இரவிலோ அல்லது ஏதோ ஒரு நேரத்திலோ சோகத்தை உணர்ந்திருக்கிறீர்களா" என்றேன்.

"சோகம் மனித உணர்வுகளின் ஒரு பகுதி. நான் வயலின் இசை அல்லது பியானோ இசை கேட்கும்போது சோக வயப்படும் சந்தர்ப்பம் ஏற்படும். அது என் சொந்த சோகம் அல்ல. அது பிரபஞ்சத் துக்கம். இந்நேரம் சிரியாவில் குண்டுவீச்சில் பெற்றோர்களை இழந்து ஒரு சிறுமி ஓடிக்கொண்டிருக்கலாம். ஒருவன் அல்லது ஒருத்தி இந்த உலகத்தில் உணவின்றி மடியலாம். கைவிடப்பட்டவர்கள் இந்த உலகம் முழுவதும் துக்கத்துடன் திரிகிறார்கள். வாழ்க்கையைப் பற்றி உங்கள் பார்வை என்ன என்று கைவிடப்பட்டவர்களைக் கேட்டால் அவர்கள் என்ன சொல்வார்கள், "எங்கள் வாழ்க்கை பலமற்றது, அனாதையானது, உங்கள் உலகத்திடம் இறைஞ்சி நிற்பது. பயந்து நிற்பது. உங்கள் உலகம் எங்கள் வாழ்க்கைக்கு அந்நியமானது" இப்படித்தானே சொல்வார்கள். நான் வயலின் பியோனோ இசை கேட்கும் போது கண்ணீர்விட்டு அழுவேன். அந்தக் கண்ணீரில் அந்தப் பிரபஞ்சத்துக்கான துக்கத்தை வெளியேற்றுவேன்"

சற்றுநேரம் மௌனம் நிலவியது. காக்கை கொத்தியதால், தற்கொலை செய்துகொண்டவனின் மனநிலையைப் பற்றி நான் யோசித்துக்கொண்டிருந்தேன். காக்கையை எதன் குறியீடாகவும் நான் வைக்க முடியாது. அது மலின உத்தி என்று தோன்றியது. இப்போது எனக்கு திடீரென மாற்றித் தோன்றுகிறது. அந்தக்

காக்கையை குறியீடாக அல்லாமல், அபத்தத்தின் வடிவமாக மாற்றினால் என்ன? என்ற யோசனை ஏற்பட்டது. ஆம், காக்கை அபத்தத்தின் வடிவம் – அபத்தத்திற்கு தத்துவம் கிடையாது, தர்க்கம் கிடையாது, அபத்தம் என்பது அபத்தம் – விவரிக்க இயலாதது, அபத்தம் – அச்சுறுத்துவது, அபத்தம் – கண்ணுக்குத் தெரியாமல் மறைந்து திரிகிறது. எப்போது வெளிப்பட்டு எதை நிர்மூலமாக்கும் என்று தெரியாது. அபத்தம் ஒரு பிசாசு.

அந்தப் பையன் வீட்டைவிட்டு வெளியே வந்தான். எங்கிருந்தோ வந்த காக்கை சிறகடித்து அவன் தலையில் கொத்திப் பறந்தது. அவன் கைகளை மேலே தூக்கி காக்கையை விரட்டும்போது அவன் கைகளில் காக்கையின் சிறகுகள் பட்டன. அதே நேரம் அவனுடைய அம்மா காக்கை வருவதைப் பார்த்து குச்சியால் விரட்டினாள். பயன் இல்லை. பக்கத்து வீட்டுக்காரர்கள் திகிலுடன் இந்த அமானுஷ்ய சம்பவத்தைப் பார்த்தார்கள். ஒரு சமயம் அம்மா குச்சியுடன் கூட வந்தபோது காக்கையைக் காணோம். அவனை விட்டு அவள் நீங்கிய பிறகு எங்கிருந்தோ வந்த அந்தக் காக்கை அவனைக் கொத்திச் சென்றது. காக்கை கொத்தியதில் அவன் தலையில் சிறு காயம் ஏற்பட்டது. காக்கை தொடர்ந்து கொத்தியதால் காயம் சற்றுப் பெரிதாகியது.

அவன் மருத்துவரிடம் சென்றான்.

மருத்துவர் கேட்டார்,

"எப்படி காயம் ஏற்பட்டது?"

"காக்கை கொத்தியதால்"

"ஏன் காக்கை கொத்தியது?"

"தெரியவில்லை டாக்டர். தினமும் கொத்துகிறது."

"தினமுமா. ஏன்?"

"தெரியவில்லை. நான் ஏதோ தப்பு செய்திருக்கிறேன்போல. என்னைத் தேடி வந்து கொத்துகிறது"

"என்ன அதிசயமாக இருக்கிறது. என் வாழ்க்கையில் நான் இப்படிக் கேள்விப்பட்டதேயில்லை"

"எனக்குப் பயமா இருக்கு டாக்டர்."

"அழாதே தம்பி. கட்டுப்போடறேன்."

டாக்டர் அவன் தலையில் கட்டுப் போட்டார். அடுத்த நாள் காலையில் அவன் வீட்டை விட்டு வெளியேறி சற்று

தூரம் சென்றதும் எங்கிருந்தோ பறந்து வந்து அந்தக் காக்கை கொத்தியது. கொத்தும் இடத்தில் கட்டு இருந்ததால் காக்கை தடுமாறி சிறகடித்துத் கொத்திவிட்டுச் சென்றது. அப்போதுதான் ஒரு யோசனை ஏற்பட்டது. ஒரு தொப்பி வாங்கி வைத்துக் கொள்ளலாம் என்பதுதான் அந்த யோசனை. அதன்படி ஒரு தொப்பி வாங்கி வைத்துக்கொண்டான்.

அடுத்த நாள் வரும்போது தொப்பியணிந்திருந்தான். எங்கிருந்தோ பறந்து வந்த காக்கை தொப்பியைக் கண்டு திகைத்து சற்று வட்டமடித்து தொப்பியில் கொத்திவிட்டுப் பறந்து சென்றது. காக்கை வரும்போது அவனால் சாதாரணமாக இருக்க முடிவதில்லை. படபடப்பும் பயமும் தினமும் ஏற்படுகிறது. செய்கிற வேலையில் கவனம் இல்லை. எப்போதும் காக்கை நினைவாகவே உள்ளது.

என்ன தப்பு செய்தோம் என்று அவன் யோசித்துக் கொண்டிருந்தபோது அவன் கவண் கல்லினால் ஒரு அணிலை அடித்துக்கொன்றது நினைவிற்கு வந்தது. “அணிலே என்னை மன்னித்து விடு, அதற்காக காக்கை ரூபம் கொண்டு என்னைப் பழிவாங்காதே”.

இவ்வாறு கதை பற்றி சிந்தனை ஓடிற்று. ஒயினின் போதை ரசிக்கிறாற்போல் இருந்தது. அப்போது ஹாலை ஒட்டியிருந்த கதவு திறந்தது. கனவு போல் இருந்தது. ஒரு பேரழகி தோன்றியிருந்தாள். பொன்னிற முடி, கூர்மையான மூக்கு, வசீகரமான முகம், உடலமைப்பு. நடந்து வந்தது அவ்வளவு அழகாக இருந்தது.

ஜியார்ஜ் அவளைக் கண்டதும், “இசபெல்லா இங்கே வா” என்றார். அவள் வந்து டேபிளின் மறுபக்கம் இருந்த நாற்காலியில் எங்கள் எதிரே அமர்ந்தாள். அவள் அழகின் முன் நாங்கள் எல்லாம் ஒன்றுமேயில்லை. அழகற்ற சனியன்கள். அந்த அழகின்முன் கம்பீரமாக உட்கார முடியாமல் உடல் சோர்ந்து குறுகியது. ஜியார்ஜ் எங்களை அவளுக்கு அறிமுகப்படுத்தினார். அவளை அறிமுகப்படுத்தும்போது, “இவள் இசபெல்லா, என் நண்பரின் மகள். சில நாட்களுக்கு முன் வந்தாள். சில நாட்களில் சென்றுவிடுவாள்” என்றார்.

இசபெல்லா... இசபெல்லா... என்று போதையில் பலமுறை அவள் பெயரை மனம் உச்சரித்தது. “நான் இந்த இடத்தையும் இந்த அழகான சூழலையும் விரும்புகிறேன்” என்றாள். கையில் சிறு குவளை வைத்திருந்தாள். “இதோ வந்து விடுகிறேன்” என்று எழுந்தாள். நளினமாக இருந்தது. இடுப்புக்கு மேலே கழுத்துவரை அவள் தோற்றம் சற்று நீளமாக அழகாக இருந்தது. ரொம்ப

சில பெண்களிடம்தான் இம்மாதிரி தோற்றத்தைப் பார்த்து லயித்து வசப்பட்டிருக்கிறேன்.

அவள் திறந்தவெளி ஹாலுக்கு வெளியே சென்று வானத்தைப் பார்த்தாள். நான் எழுந்து நின்று அவள் என்ன செய்கிறாள் என்று பார்த்தேன். சற்றுத் தள்ளி விசாலமான விரிப்பு வைக்கப்பட்டு இருந்தது. அவள் நளினமாக நடந்து அந்த விரிப்பு அருகே சென்று குவளையிலிருந்த தானியங்களைத் தூவினாள். சில நிமிடங்கள் கூட ஆகியிருக்காது. எங்கிருந்தோ பறவைகள் பறந்து வந்து அந்த விரிப்பில் கிடந்த தானியங்களைத் தலையை அசைத்து அசைத்து எங்களைப் பார்த்துக்கொண்டே உண்டன.

"எப்படி உங்களைப் பார்த்ததும் பறவைகள் வருகின்றன" என்று இசபெல்லாவிடம் கேட்டேன்.

"அதுதான் அற்புதம்" என்றாள் இசபெல்லா.

"அற்புதத்தின் வடிவம்தான் இசபெல்லாவா?"

"இல்லை. இந்தப் பறவைகள்தான் அற்புதத்தின் வடிவங்கள்"

"நீங்களும் அற்புதத்தின் வடிவம்தான். நான் ஒரு காக்கையைப் பற்றி உங்களிடம் உரையாட வேண்டும்"

"காக்கையா?"

"ஆம். அது அபத்தத்தின் வடிவமாக இருக்கிறது."

இசபெல்லா, என்னை நிமிர்ந்து பார்த்தாள். தானியங்களை உண்ணும் அழகான பறவைகளைப் பார்த்தாள்.

"நாம் சற்று நடந்துகொண்டே உரையாடுவோம்" என்றாள் இசபெல்லா.

இசபெல்லா என்ற தேவதையும் நானும் நடந்தோம். அவளுடன் பேசப்பேச அவள் தேவதை வடிவில் இருக்கும் காக்கை போல தோன்றினாள். பிறகு தேவதை போல் தோன்றினாள்.

‘ஆதிசிவம்’ என்ற குறுநாவலின் பகுதி

வீட்டிற்கு வெளியே போடப்பட்டிருந்த கட்டிலில் படுத்திருந்தார் ஆதிசிவம். மூச்சு இளைத்தது. ஐந்து வீடுகள் கொண்ட போர்ஷன் வீடு அது. மழை வெயில் படாமல் இருப்பதற்காக வீட்டின் முகப்பில் ஒரு ஷெட் போட்டிருந்தார்கள். அதில் போடப்பட்ட கட்டிலில்தான் ஆதிசிவம் படுத்திருந்தார். இருமும்போது சளி அடைத்தது. வெயில் படும்போது ஒரு போர்வையை வெயில் படாமல் கட்டிவிடுவார்கள். மழை பெய்தால் அவரை உள்ளே தூக்கிக்கொண்டு போய் விடுவார்கள். வீட்டின் உள்ளே கட்டில்போட இடமில்லை. எந்நேரமும் கையில் விசிறி வைத்து, விசிறிக்கொண்டேயிருப்பார். இரவு நேரத்தில் கொசுக்கடியையும் தாங்கிக்கொள்ள வேண்டும்.

இப்போது அந்தி நேரம் என்பதால் வெயிலின் தாக்கம் குறைந்திருந்தது. இறுதிக்காலத்தில் இருக்கிறோம் என்பதை ஆதிசிவம் தெளிவாக அறிந்திருந்தார். ஒரு மகன் இந்த ஊரிலேயே இருந்தாலும் தொடர்புகள் இல்லாமல் அவன் தன்னுடைய குடும்பத்துடன் இருக்கிறான். இன்னொரு மகன் எங்கிருக்கிறான் என்றே தெரிய வில்லை. தொடர்பு விட்டுப் போயிற்று. மனைவியும்

இறந்துவிட்டாள். இப்போது மகள் வீட்டில் அவர் இருக்க இடம் கிடைத்திருக்கிறது. மருமகன் கொத்தனார் வேலை பார்க்கிறான். அவர்களுக்கு ஒரே மகன். கல்லூரியில் படிக்கிறான்.

ஆதிசிவத்திற்கு ஆனந்தி நினைவு வந்தது. அப்படிக்கூட சொல்ல முடியாது. ஆனந்தி நினைவாகத்தான் எப்போதுமே இருக்கிறார். ஆனந்தி மகனுடனும் மகளுடனும் சந்தோஷமாக இருப்பாள் என்று நினைத்துக் கொள்வார். மகனுக்கும் மகளுக்கும் திருமணமாகி குழந்தைகள் கூட பெரியவர்களாகியிருப்பார்கள். அவளை மலேயாவில் விட்டுவிட்டு மதுரைக்கு வந்தபோது அவளுக்கு இருபத்தெட்டு வயதிருக்கும். விட்டுவிட்டு வந்திருக்க வேண்டிய அவசியமில்லை. சில நேரங்களில் சிந்தனையின் கண்கள் கட்டப்பட்டு விடுகின்றன. தவறான யோசனை. தவறான முடிவு. பொறுமையில்லாத மனம். எதிர்காலப் பார்வை இல்லாதது. எல்லாமும் சேர்ந்துவிட்டது.

மலேயாவில் இருந்து வந்ததிலிருந்து துயரத்துடன்தான் வாழ்க்கை. சாப்பாட்டுக்கே கஷ்டம். எந்தத் தொழிலும் எந்த வேலையும் நிலைக்கவில்லை.

மலேயாவில் போய் சம்பாதிக்கலாம் என்று போனார். சம்பாதித்தார். செல்வந்தரானார். செய்த தொழிலும் விருத்தியாயிற்று, அப்போதுதான் ஒரு நிகழ்ச்சியில் ஆனந்தியைச் சந்தித்தார். அன்று அவள் நீலக்கலரில் புடவை ரவிக்கை அணிந்திருந்தது இப்போது கூட மரணப் படுக்கையில் இருக்கும் போது நினைவில் உள்ளது. ஒரு குழந்தையுடன் வந்திருந்தாள். எடுத்த எடுப்பிலேயெ அவள் மீது அவரின் கவனம் சென்றது. சிலருக்கு சில தோற்றங்கள் பிடித்துப்போகும். அப்படித்தான் அவருக்குப் பிடித்துப் போயிற்று. விசாரித்ததில் அவள் பெண் குழந்தையுள்ள விதவை என்று அவருக்குத் தெரிய வந்தது. பரவாயில்லை. அவளை எப்படியாவது வசப்படுத்தி விடவேண்டும் அவள் கூட வாழ வேண்டும் என்ற எண்ணம் அவரை உந்தியது. அவள் கைவினைப் பொருட்கள் தயாரிக்கும் ஒரு நிறுவனத்தை நடத்தி வந்தாள். விற்பனையும் உண்டு.

ஒரு நாள் அவர் அந்த நிறுவனத்திற்குச் சென்றார். அவள் இருந்தாள். வேலையாட்கள் வேலை செய்துகொண்டிருந்தார்கள். அங்கிருந்த கைவினைப் பொருட்களின் அழகைக் கண்டு வியந்து பாராட்டினார். அவருடைய கம்பெனி அச்சுத் தொழில் சம்பந்தப்பட்டது. அது பற்றி ஆனந்தி ஏற்கனவே அறிந்திருந்தாள். அடிக்கடி அந்த நிறுவனத்திற்கு வந்து ஆதிசிவம் ஏதாவது வாங்குவார். ஒரு நாள் தன்னுடைய கம்பெனிக்கு வருமாறு

ஆனந்தியை அழைத்தார். அவள் வருவதாகக் கூறியபோது பெரிய மகிழ்ச்சி அவருள் ஏற்பட்டது. அவள் வரும் தினத்திற்கு முன்பாகவே அந்தக் கம்பெனியை அழகுபடுத்துவது ஒழுங்கு செய்வது என்று வேலையை ஆரம்பித்துவிட்டார். அவருடைய பதற்றம் கம்பெனி ஊழியர்களுக்கே புதிதாக இருந்தது.

அன்றைய தினம் ஆனந்தி காரிலிருந்து இறங்கியவுடன் அவர் பூங்கொத்து கொடுத்து வரவேற்றார். அவள் கையில் பூங்கொத்துடன் உள்ளே நுழைந்தாள். அவளை நாற்காலியில் உட்காரவைத்து எதிரே அவர் உட்கார்ந்தார். அவளுக்குப் பூங்கொத்தை எங்கே வைப்பது என்று தெரியவில்லை. கையிலேயே வைத்திருப்பது அசௌகரியமாகத் தோன்றியது. மேசையில் வைப்பது ஒழுங்கற்றதாக இருக்குமோ என்று தோன்றி மடியிலேயே வைத்திருந்தாள். கார் டிரைவரை அழைக்குமாறு அங்கிருந்த ஊழியரிடம் ஆனந்தி சொன்னாள். கார் டிரைவர் வந்ததும் அந்தப் பூங்கொத்தை டிரைவரிடம் கொடுத்து பின் சீட்டில் பத்திரமாக வைக்கச் சொன்னாள். அவளுடைய இந்த செய்கை ஆதிசிவத்திற்கு பிடித்திருந்தது. இனிப்பு காரம் காபி கொடுத்து உபசரித்தார். சிறு பையன் போல அவர் படும்பாடு அவளுக்கு உள்ளூர ஏதோ உணர்த்தியது. சரி அவர் காதல் வசப்பட்டு விட்டார் போலிருக்கிறது என்று அந்த ஏதோ சொல்லியது. கம்பெனி சம்பந்தப்பட்ட யந்திரங்களை எல்லாம் பார்த்தாள். அவளுக்குக் கிடைக்கும் மரியாதையைப் பார்த்து ஊழியர்கள் எல்லாம் எழுந்து நின்றார்கள். அவள் சற்று நேரம் பேசிக்கொண்டிருந்துவிட்டு விடை பெற்றுக்கொண்டாள். கார் வரை ஆதிசிவம் கூட நடந்து சென்றார். காரின் பின் சீட்டில் அமர்ந்த அவள் சீட்டிலிருந்த பூங்கொத்தை அவரிடம் காண்பித்து சிரித்தாள். கார் நகர்ந்தது. ஆதிசிவம் சந்தோஷமாக இருந்தார்.

சில நாட்கள் கழித்து அவர்கள் இருவரும் ஒரு காபிக் கடையில் சந்தித்தார்கள். ஆதிசிவம் ஒரு ஒற்றை ரோஜாவைத் தண்டுடன் பையில் வைத்து அலங்காரம் செய்து எடுத்து வைத்திருந்தார். அதை ஒரு லெதர் பையில் வைத்திருந்தார். காபி அருந்திக் கொண்டிருக்கும்போது அவர் தன்னுடைய காதலைக் கூறினார். "நான் ஒரு விதவை என்பது தெரியுமா" என்றாள் ஆங்கிலத்தில். அவர் "தெரியும்" என்றார்.

"எனக்கு ஒரு பெண் குழந்தை இருப்பது தெரியும்தானே" என்றாள்.

"ஆம் தெரியும். அவளை நான் ஏற்றுக்கொள்கிறேன். உங்களை ஏற்றுக்கொள்வது போல். நாம் மகிழ்ச்சியாக இருப்போம் என்று உறுதியாகக் கூறுகிறேன்."

இந்தச் சமயத்தில் லெதர் பையைத் திறந்து ஒற்றை ரோஜாவை எடுத்து அவளிடம் கொடுத்தார். அவள் புன்னகையுடன் அதை வாங்கிக்கொண்டாள். இளம் பெண்ணாக மாறிவிட்டதாக உணர்ந்தாள். திருணத்திற்கு முன்பு இத்தகைய காதல் நிகழ்வுகளை அவள் அனுபவித்ததில்லை. பெற்றோர் பார்த்துச் செய்த திருமணம்.

ஆதிசிவம், ஆனந்தி திருமணம் மலேயாவில் இருக்கும் நண்பர்கள், ஆனந்தியின் உறவினர்கள் ஆகியோர் முன்னிலையில் எளிமையாக நடைபெற்றது. ஆனந்தி மலேயாவிலேயே பிறந்து வளர்ந்தவள். மெட்ராஸ் மாகாணத்துடன் அவளுக்கோ அவளுடைய நெருங்கிய உறவினர்களுக்கோ தொடர்பு இல்லை. ஊரில் இருக்கும் தாய், சகோதர சகோதரிகளிடம் தகவல் சொல்லி சம்மதமும் ஆசியும் பெற்றுவிட்டதாக ஆனந்தியிடம் ஆதிசிவம் கூறினார். தயார் செய்திருந்த பூங்கொத்தை முதலிரவு அறைக்குச் செல்லும்போது எடுத்துச் சென்றிருந்தார். ஆனந்தி அறைக்குள் நுழைந்ததும் அவர் எழுந்து நின்று பூங்கொத்தை அவள் கையில் கொடுத்தார். அவள் பெரும் சிரிப்புடன் அதைப் பெற்றுக் கொண்டு வழமைப்படி அவர் காலில் விழுந்து வணங்கினாள்.

வாழ்க்கை சந்தோஷமாக ஓடிக்கொண்டிருந்தது. ஆனந்தி புதியதாக சில தொழில்கள் ஆரம்பித்தாள். அவை லாபகரமாக நடந்தன. ஆதிசிவத்தின் தொழில் கடுமையான போட்டிகளைச் சந்திக்க வேண்டியிருந்ததால் நலிவடைய ஆரம்பித்தது. ஒரு கட்டத்தில் தனது தொழிலை முடிவுக்குக் கொண்டு வந்து ஆனந்தி ஆரம்பித்த தொழில்களை இருவருமாக நிர்வாகம் செய்தார்கள். ஆனந்தி தொழில்களை நிர்வகிப்பதில் கெட்டிக்காரி. அவளுடைய கெட்டிக்காரத்தனத்தையும் காரியம் சாதிக்கும் சாமர்த்தியத்தையும் ஆதிசிவம் சந்தோஷத்துடன் பார்த்துக் கொண்டிருந்தார். அவர்களுக்கு ஒரு பையன் பிறந்தான். ஆனந்திக்கு பூர்வீகமாகக் கிடைத்த வீட்டில் அவர்கள் வசித்தார்கள்.

இரண்டாம் உலகப்போர் துவங்கியது. மலேயாவை ஜப்பான் கைப்பற்றியது. அமுலில் இருந்த பிரிட்டிஷ் பணம் செல்லாது என்று ஜப்பான் அறிவித்தது. தொழில்கள் ஸ்தம்பித்தன. ஜப்பான் பணத்திற்குப் பொருளாதாரம் மாறியது. நிலையற்ற தன்மை நிலவியது. உள்நாட்டு கலகக்காரர்களை ஜப்பான் வேட்டையாடியது.

திடீரென மக்களைத் தெருவில் நிற்கச் சொன்னது ஜப்பான் அரசாங்கம். ஆதிசிவம் குடும்பத்துடன் பதைப்புடன் நின்றிருந்தார். ஜப்பான் ராணுவம் வீதியில் வந்தது. மூன்று

நபர்களின் முகங்கள் கருப்புத் துணியால் கண்கள் மட்டும் தெரியக் கட்டப்பட்டிருந்தன. மக்கள் வரிசையில் அவர்கள் கைகாட்டும் நபர்களை ராணுவம் பிடித்துச்சென்று வண்டியில் ஏற்றியது. ஆதிசிவம் பயத்துடன் நின்றிருந்தார். கருப்புத் துணி அணிந்தவன் தெரியாமல் கைகாட்டி விட்டால் என்ன ஆகும் என்று நடுங்கிக்கொண்டிருந்தார். ஆனந்தியின் கையைப் பற்றிக் கொண்டிருந்தார். ராணுவம் அவர்களைக் கடந்து சென்றது.

மிகுந்த கஷ்டமும் பயமும் நிறைந்த வாழ்க்கையின் காலம். சகஜ வாழ்வு இல்லை. எப்படியோ காலம் கழிந்தது. தொழில்களில் லாபங்களை எதிர்பார்க்க முடியவில்லை. எந்நேரமும் பயம். சிக்கனமாக இருந்தார்கள். காலம் மாறியது. ஜப்பான் ராணுவம் போய் மீண்டும் பிரிட்டிஷ் ஆட்சி வந்தது.

ஏற்கனவே இருந்த வாழ்வு கொஞ்சம் கொஞ்சமாக மீண்டது. தொழில்கள் பழைய நிலைக்குத் திரும்பின. ஆனந்தி புதிதாகக் கார் ஒன்று வாங்கினாள். ஏற்கனவே இருந்த மகளும், இவர்களுக்குப் பிறந்த மகனும் பள்ளிக்குச் சென்றார்கள். ஆதிசிவத்தைப் பொறுத்தவரை மதுரையில் இருக்கும் தாயாருக்குப் பணம் அனுப்பிக் கொண்டிருந்தார். இடையில் யுத்த காலத்தில் மட்டும் அனுப்ப இயலவில்லை.

ஒரு நாள் ஆனந்திக்கும், ஆதிசிவத்திற்கும் இடையே ஓர் உரையாடல் ஏற்பட்டது.

"உங்கள் குடும்பத்தைச் சேர்ந்தவர்களைப் பார்க்க நாம் எப்போது உங்கள் தாய்நாட்டிற்குச் செல்லப் போகிறோம்"

"செல்வோம். எனக்கும் மதுரைக்குச் செல்ல ஆசையாகத்தான் இருக்கிறது. அதற்கான காலம் வரட்டும்".

"காலத்தை நாம் உருவாக்கினால் என்ன?"

"உருவாக்கலாம். தொழில்களைக் கவனிக்க வேண்டியிருக்கிறது. தற்போதுதான் சகஜ வாழ்க்கை ஏற்பட்டிருக்கிறது. சற்று பொறுத்திருப்போம்."

அவர்களுடைய மகன் வந்து அவர் மடியில் உட்கார்ந்தான். அவர் அவனைக் கொஞ்சினார்.

ஒரு நாள், காலையில் ஆதிசிவத்தின் அறைக்குள் ஆனந்தி அவசரமாக வந்தாள்.

"யாரோ கருப்பா ஒரு பெண்ணும் அவளுடன் ஒரு ஆளும் வந்து வீட்டு வாசலில் சத்தம் போடறாங்க. வாங்க" என்றாள்.

ஆதிசிவம் எழுந்து வந்து ஜன்னல் வழியாகப் பார்த்தார். லட்சுமியும் அவளுடைய தம்பி கருணாகரனும் நின்றிருந்தார்கள்.

"வேண்டாம் கதவைத் திறக்காதே. அவங்க வேண்டாதவங்க" என்றார்.

"என்ன வேண்டாதவங்க. நம் வீட்டு வாசல்லே வந்து கலாட்டா பண்றாங்க. யாருன்னு பார்க்கிறேன்".

"வேண்டாம்" என்று ஆனந்தியின் கையைப் பிடித்தார் ஆதிசிவம்.

அவள், அவருடைய கையைத் தள்ளிவிட்டு வாசலுக்கு விரைந்தாள். வாசல் கேட்டைத் திறந்தாள். அங்கு நின்றிருந்த கருப்புநிறப்பெண், "ஏண்டி தேவுடியா முண்டே என் புருஷனை மயக்கி வைச்சிருக்கே உனக்கு ரெண்டாவது புருஷன் கேக்குதா தேவடியா முண்டை" என்று சரமாரியாக அவளும் அவள் கூட வந்த ஆளும் ஆனந்தியைத் தாக்கினார்கள். அதைப் பார்த்து ஆதிசிவம் ஓடிவந்தார்.

"லட்சுமி, கருணா ரெண்டு பேரும் சும்மா இருங்க. உங்களை யாரு மதுரையிலிருந்து இங்கே வரச் சொன்னா, கலாட்டா பண்ணாதீங்க தொலைச்சுடுவேன்" என்றார் – ஆதிசிவம். ஆனால் அவர்கள் இருவரும் ஆனந்தியைத் தாக்குவதை நிறுத்த வில்லை. சத்தம் போட்டு அருகிலுள்ள வீடுகளில் இருந்தவர்கள் வர ஆரம்பித்தார்கள். ஆனந்தியின் ஆடை கலைந்திருந்தது, உதட்டிலும் மூக்கிலும் ரத்தம் வடிந்தது. அவளுக்கு ஆத்திரமாகவும் அவமானமாகவும் இருந்தது. அருகிலுள்ள வீட்டில் உள்ளவர்கள் வந்து விலக்கி ஆனந்தியை மீட்டார்கள். அவர்கள் இருவரும் விலக்கியவர்களிடம் நியாயம் கேட்டுக்கொண்டிருந்தார்கள். "இன்னொருத்தி புருஷனை சேத்து வைச்சிக்கிட்டு குடும்பம் நடத்துவாளா மானமுள்ள ஒருத்தி. மானங்கெட்டவ" என்றாள் அந்தப் பெண்.

நின்றிருந்த ஆதிசிவத்தைப் பார்த்து ஆனந்தி ஆங்கிலத்தில் கத்தினாள். "உடனே வெளியே போ. நீ ஒரு பொய்யன். நீ ஒரு அயோக்கியன். நீ ஒரு நடிகன். எல்லாம் பொய்யான நாடகம் வெளியே போ அயோக்கியா"

ஆனந்தி அந்த இடத்திலேயே அமர்ந்து கதறினாள். ஆதிசிவம் ஒன்றும் பேசவில்லை. உள்ளே போனார். ஒரு பெட்டியுடன் வந்தார். ஆனந்தியிடம் சென்றார். ஆங்கிலத்தில் "தயவு செய்து என்னை மன்னித்துவிடு. இல்லாவிட்டால் நான் நாசமாப்

போய்விடுவேன்" என்றார். ஆனந்தி பதிலுக்கு ஆங்கிலத்தில் "நாசமாப் போ" என்றாள்.

லட்சுமியிடமும் அவள் தம்பி கருணாகரனிடமும் ஆதிசிவம் சென்றார். "இப்ப நிம்மதியா. நெனச்சதை நடத்திப் புட்டியா. வா போகலாம்" என்று அவர்களை அழைத்துக்கொண்டு நடந்தார். "நீ நாசமாப் போவே" என்று ஆனந்தி கத்தினாள்.

அன்றிலிருந்து துவங்கியது ஆதிசிவத்தின் துயரக்கதை.

'நடிகையின் கணவன்' என்ற குறுநாவலின் பகுதி

"பாலம்மா அவருக்கு இன்னொரு தோசை வை"என்றாள் ரசிகா.

"சரிம்மா" என்று அவள் ரசிகாவிற்கு எதிரே வைக்கப்பட்டிருந்த தட்டில் வைத்தாள். நாற்காலியில் யாரும் இல்லை.

"தோசை எப்படியிருக்கு"

"நல்லா இருக்கில்ல. இன்னொரு தோசை போடச்சொல்லவா"

"அமெரிக்காவிலிருந்து வந்தது களைப்பாயிருக்கா"

"சாப்ட்டு போயி ரெஸ்ட் எடு."

"உன் ப்ரெண்டு ஜாஸ்மின் எப்படியிருக்கா. போன தடவை வந்தப்ப அவளுக்கு வயிற்றுப் போக்குன்னு சொன்னியே"

"சரியாயிருச்சுன்னா நல்லதுதான். அங்கே சாப்பாட்டு பிரச்சினை இருக்கும். இங்கே நல்லா சாப்பிடு. உனக்கு மதியம் பிரியாணி செய்யச் சொல்றேன்"

பாலம்மாவைக் கூப்பிட்டாள். மதியம் மட்டன் பிரியாணி செய்யச் சொன்னாள். அவள் தலையாட்டிவிட்டு ரசிகாவிற்கு எதிரே இருந்த

தட்டைதோசையுடன் எடுத்துக்கொண்டு உள்ளே சென்றாள். ரசிகா வாஷ்பேசனில் கை கழுவினாள். அவன் கை கழுவுவதற்காக ஒதுங்கி நின்றாள்.

ரசிகா ஒரு சினிமா நடிகை. அவளுடைய தாயாரும் பிரபல நடிகை. காலமாகிவிட்டாள். தாயார் காலமாகிவிட்டால், நடிகைகளுக்கு உலகமே இருண்டு விடுகிறது. தந்தைக்கும் தாயாருக்கும் விவாகரத்து ஆகி தற்போது தந்தை எங்கே இருக்கிறார் என்றே ரசிகாவிற்குத் தெரியவில்லை. ஆந்திராவில் இருப்பதாகக் கூறுகிறார்கள். ரசிகாவின் கணவன் அமெரிக்காவில் இருக்கிறான் என்று அவள் நம்புகிறாள். அவளுக்குத் திருமணமாக வில்லை. அப்படி ஒரு மாயத்தை அவள் மனம் உருவாக்கி வைத்துள்ளது.

இப்படித்தான் இல்லாத கணவன் எதிரே இருப்பது போல் பேசுவாள், நடந்துகொள்வாள். அவள் திரைப்படங்களில் பெரிய நடிகர்களுடன் கதாநாயகியாக நடித்தவள். ஒரே நேரத்தில் பல தயாரிப்பாளர்களும் இயக்குனர்களும் அவளை ஒப்பந்தம் செய்ய வருவார்கள். அவர்களுக்கு தேதிகள் ஒதுக்குவது பெரும் பிரச்சினை. ஒரு மேனேஜர் இருந்தான் ராம் பிரசாத் என்று. அயோக்கியன். ரசிகாவின் பணத்தைச் சட்டபூர்வமாக சுருட்டிக்கொண்டு சென்றான். இப்போது படத்தயாரிப்பாளராக இருக்கிறான். நட்சத்திர நாயகியாக இருந்தவள். இன்று எந்த ஒரு தயாரிப்பாளரும் இயக்குனரும் அவளைத் தேடி வருவதில்லை. ஜன்னல் வழியாகத் தெருவைப் பார்த்துக்கொண்டே உட்கார்ந்திருப்பாள். வெறுமை. வெறுமை.

அவளுடைய மாமா வைகுண்டராவ் மட்டும்தான் அவள் மீது அக்கறை செலுத்துகிறார். அவளுடைய கல்யாணமண்டபத்தையும், வாடகைக்கு விட்ட கடைகளையும் வங்கிப் பணத்தையும் அவர்தான் நிர்வகிக்கிறார். வயதேறிவிட்டதால் கதாநாயகியாக நடிக்கக் கூப்பிடமாட்டார்கள். இளம் கதாநாயகிகள் பலர் வந்துவிட்டார்கள். அம்மா, அண்ணி வேடத்தில் நடிக்கக்கூட அழைக்கமாட்டேன் என்கிறார்களே என்று அவள் மனதில் நினைத்துக்கொள்வாள்.

ஒருநாள் வைகுண்டராவிடம் “எப்போது என் கணவர் நாகேஸ்வரன் அமெரிக்காவிலிருந்து வருவார்” என்று ரசிகா கேட்டபோதுதான் விபரீதமாக அவள் மனதில் ஏதோ பாதிப்பு ஏற்பட்டிருக்கிறது என்று அவருக்குப் புலப்பட்டது. பலநாட்கள் வற்புறுத்தலுக்குப்பின் அவளை வைகுண்டராவ் மனநல மருத்துவரிடம் அழைத்துச்சென்றார். மனநல மருத்துவரிடம்,

தனக்குத் திருமணமானதை ஏதோ காரணத்துக்காக மாமா மறைப்பதாகவும், திருமணம் நடந்தது உண்மை என்றும் கூறினாள். எங்கு, எந்த தேதியில் நடந்தது என்று மருத்துவர் கேட்டதற்கு அவளால் பதில் சொல்ல முடியவில்லை. அவர் சில மாத்திரைகள் கொடுத்தும் அவளுக்கு ஆலோசனைகள் வழங்கியும் சிகிச்சை அளித்துக்கொண்டிருக்கிறார்.

இப்படித்தான் கணவன் நாகேஸ்வரன் அமெரிக்காவிலிருந்து வந்துவிட்டான் என்று கற்பனை செய்துகொண்டு, அதற்கேற்றார்போல் நடந்து கொள்வாள். பணியாட்கள் ஒத்துழைக்காவிட்டால் ரகளை பண்ணுவாள். பணியாட்களும் அவளுக்கு ஏற்றார்போல் நடந்துகொள்ளப் பழகிவிட்டார்கள்.

ரசிகா சோபாவில் உட்கார்ந்திருந்தாள். எதிரே இல்லாத கணவனிடம் அவள் பேசினாள்.

"நான் உனக்காக காத்துக்கொண்டேயிருந்தேன். ஏன் இவ்வளவு மாதங்கள் எடுத்துக்கொள்கிறாய் இங்கு வர. நீ அமெரிக்காவில் இருப்பது எனக்குக் கொஞ்சம் கூட பிடிக்கவில்லை. உனக்காக இங்கு நான் காத்துக்கொண்டிருப்பது உனக்குப் புரியவில்லையா. நான் பெரிய நடிகைதான். நட்சத்திர நடிகைதான். ஆனால் நான் ஒரு பெண். மனைவி. என் தாயாரை என் தந்தை விவாகரத்து செய்தார். என் தாயாரும் ஒப்புக்கொண்டாள். நீ என் கூட இல்லை. விலகி தள்ளிப் போயிருக்கிறாய். உன்னை நினைத்து நான் மனைவி என்ற உரிமையில் ஏங்கிக் கொண்டிருக்கிறேன். நாம் மணமேடையில் திருமணம் முடிந்து தீயைச் சுற்றி வரும்போது, நம் இருவர் கை விரல்களும் துண்டால் கட்டப்பட்டிருந்தது. அப்போது துண்டுக்குள் என் கைவிரல்களை நீ கிள்ளினாய். நான் கத்தாமல் அடக்கிக்கொண்டேன். இச்சம்பவம் எனக்கு அடிக்கடி நினைவுக்கு வந்துகொண்டிருக்கிறது. இன்று மதியச் சாப்பாட்டிற்கு பாலம்மாவிடம் சொல்லி மட்டன் பிரியாணி வைக்கச் சொல்லியிருக்கிறேன். நீ ஏன் பேசமாட்டேன் என்கிறாய். நான் தவிப்பது உனக்குத் தெரியவில்லையா. ஏன் இப்படி தூங்கி வழிகிறாய். தூக்கம் வருகிறதென்றால் போய் தூங்கு. நானும் வருகிறேன். வா இருவரும் படுத்துக்கொள்வோம்."

அவள் அவனுக்கு வழிவிட்டு அவன் அறைக்குள் வந்ததாக பாவித்து அறையைத் தாழிட்டுக் கொண்டாள்.

மதியம் அறைக்கதவு திறந்தது. அவள் வெளியே வந்தாள். முகம் கழுவியிருந்தாள். களைத்திருந்தாள். செக்ஸ் முடிந்தால் ஏன்தான் இப்படி களைப்பு வருகிறதோ என்று நினைத்துக்கொண்டாள்.

"பாலம்மா" என்று அழைத்தாள். மணியைப் பார்த்தாள். மதியம் ஒண்ணரை. "பிரியாணி ரெடியா" என்று கேட்டாள். பாலம்மா "ரெடி" என்று சொன்னாள். சாப்பாட்டு மேசை நாற்காலியில் அமர்ந்தாள். எதிரே கணவனை அமரச் சொன்னாள். பாலம்மாவை இருவருக்கும் தட்டு வைக்கச் சொன்னாள். அவள் தட்டுக்களை வைத்தாள்.

"அவருக்கு நிறைய பிரியாணி வை. ஏன் கரண்டியில் கொஞ்சம் வருகிறது. நிறைய வை."

அவள் பிரியாணியைச் சாப்பிட ஆரம்பித்தாள். "நீயும் சாப்பிடு" என்றாள் எதிர் நாற்காலியில் அமர்ந்திருந்த கணவனைப் பார்த்து. அவனிடம் அமெரிக்கா பற்றியும் திரைப்பட வாழ்க்கை பற்றியும் பேசினாள். சாப்பிட்டு முடித்துக் கை கழுவினாள். பாலம்மா வந்து இரண்டு தட்டுகளையும் எடுத்துச் சென்றாள்.

"நான் அப்போது பெரிய நடிகை. என்னைப் பார்க்க ரசிகர்கள் கூட்டம் கூட்டமாக வருவார்கள். வெளியில் செல்ல முடியாது. இப்போது தாராளமாக வெளியே செல்கிறேன். இப்போதுள்ள இளைஞர்களுக்கு என்னைத் தெரியாது. என்னைத் தெரிந்தவர்களும் என்னை வெறித்துப்பார்த்துவிட்டுச் சென்று விடுகிறார்கள். எப்போதாவது சிலர் என்னிடம் பேசும்போது எனக்கு அவ்வளவு சந்தோஷமாக இருக்கும். நான் இப்போது சற்று குண்டாகியிருக்கிறேன். வயதும் ஏறிவிட்டது. சினிமா இண்டஸ்ட்ரிக்கு நான் தேவைப்படவில்லை. ஆனால் நடிகர்கள், கிழவர்களாக ஆனாலும் இளம் நடிகைகளுடன் டூயட் பாடுகிறார்கள். ஆபாசமாக ஆடுகிறார்கள். என்ன ஒரு விசித்திரம். ஆண்களுக்கு மட்டும் சலுகையா. இளமையான பெண்களைத்தான் திரைப்படங்களில் பார்க்க மக்கள் விருப்பப்படுகிறார்கள். என்ன நான் சொல்லிக்கொண்டேயிருக்கிறேன். உன் காது செவிடா, பேச மாட்டாயா. இரு நான் உன்னை கட்டிப்பிடித்து முத்தம் கொடுக்கிறேன்"

அவள் எழுந்து, மூர்க்கமாக எதிர் சோபாவை அணுகினாள், எப்படியோ தடுமாறி அந்த சோபாவிலேயே விழுந்து கத்தினாள். பாலம்மா ஓடி வந்தாள்.

"என்னம்மா இப்படி விழுந்து கிடக்குறீங்க..." என்றாள் பாலம்மா. ரசிகா எழுந்து உட்கார்ந்து பாலம்மாவை வெறித்துப் பார்த்தாள்.

"அம்மா வாங்க... மதியம் சாப்பிடுற மாத்திரைகளைச் சாப்பிடுங்க" என்றாள்.

அவள் எழுந்து நின்றாள். பிறகு சோபாவில் உட்கார்ந்தாள். அழ ஆரம்பித்தாள். பாலம்மா அவளை அழைத்துக்கொண்டு அறைக்குச் சென்றாள். மாத்திரைகளை எடுத்துக்கொடுத்தாள். அவள் அதை வாயில் போட்டு தண்ணீர் குடித்தாள். படுக்கையில் படுத்தாள். பாலம்மா அருகில் உட்கார்ந்திருந்தாள். சற்றுநேரத்தில் ரசிகா தூங்கிவிட்டாள். பாலம்மாவிற்குக் கண்களில் நீர் வந்தது. முந்தானையால் துடைத்துக்கொண்டாள்.

வாசலில் கார் நிற்கும் ஓசை கேட்டது. வைகுண்டராவ் வாசலில் நிற்பதைப் பார்த்துக் கதவைத் திறந்தாள். பாலம்மாதான் போன் பண்ணி அவரை வரச் சொல்லியிருந்தாள். வைகுண்டராவ் உள்ளே வந்து "என்ன" என்று கேட்டார்.

"இப்போதுதான் மாத்திரைகள் கொடுத்து தூங்கிக் கொண்டிருக்காங்க . . . புருஷன் வந்துட்டாருன்னு காலையிலிருந்து அவுங்களா பேசிக்கிட்டிருக்காங்க. எனக்கு என்ன செய்யறதுன்னு தெரியலை. நீங்க சொன்னபடி அவுங்க சொல்றதுக்கு பதில் பேசாம அவுங்க விரும்பற மாதிரி நடந்துக்கிட்டேன். இப்ப கால் தடுக்கி சோபாவில் விழுந்துட்டாங்க. அப்புறம் அழுக ஆரம்பிச்சிட்டாங்க." என்றாள் பாலம்மா.

"சாயந்திரம் என் கார் டிரைவர் காரோடு வருவான். அவன் கிட்டே அய்யாவை இப்பத்தான் ஏர்போர்ட்லே இறக்கி விட்டுட்டு வரேன்னு ரசிகாகிட்டே சொல்லச் சொல்லியிருக்கிறேன், அத்தோட அவ கற்பனை முடிஞ்சிரும்னு நினைக்கிறேன். நீ பயப்படாம கவலைப்படாம இரு. ஏதாச்சும் பிரச்சினைன்னா எனக்கு போன் பண்ணு . . . கொஞ்சம் மோர் கொடு" என்றார் வைகுண்டராவ்.

பாலம்மா உள்ளே சென்று தம்ளரில் மோர் எடுத்து வந்தாள். மோரை வாங்கிக்குடித்தார். "போய் வருகிறேன்" என்று வீட்டைவிட்டு வெளியேறினார்.

சாயந்திரம் ஆகிறது. ரசிகா தூக்கம் கலைந்து வெளியே வந்தாள். சோபாவில் உட்கார்ந்தாள். அவள் முகம் அமைதியாக இருந்தது. பாலம்மா ஜன்னல் வழியாக கார் டிரைவரை அழைத்தாள். அவன் வந்து அழைப்புமணியை அழுத்தினான். ரசிகா பாலம்மாவைப் பார்த்து கதவைத் திறக்கச் சொன்னாள். டிரைவர் உள்ளே வந்தான். "அய்யாவைக் கொண்டுபோய் ஏர்போர்ட்லே விட்டுட்டு இப்பத்தான் வர்ரேன். இந்நேரம் பிளைட் கிளம்பியிருக்கும்" என்றான்.

"என்ன அதுக்குள்ளேயும் போயிட்டாரா. எல்லாம் என் தலை எழுத்து. நீ போ" என்றாள் ரசிகா.

டிரைவர் போன பின்பு, கதவைச் சாத்திய ரசிகா அழ ஆரம்பித்தாள். அழ அழ பெரும் அழுகையாக மாறியது. பாலம்மா அருகே சென்று அவளை ஆதரவாக அணைத்துக்கொண்டாள். "சீக்கிரத்திலே திரும்பவும் அவர் வருவார்" என்றாள் பாலம்மா.

அடுத்தநாள் அழைப்பு மணி அடிக்க, பாலம்மா ஜன்னல் வழியாகப் பார்த்தாள். ஒருவன் நின்றிருந்தான். அவள் கதவைத்திறந்தாள். "யார் வேணும். நீங்க யாரு" என்றாள். நின்றிருந்தவன் "நான் ரசிகாவின் கணவன்"என்றான்.

பாகம் – 3

1

தமிழ்நாட்டில் ஐந்து குறுநாவல்கள் வெளிவந்து விட்டன. ஒரே வெளியீட்டு விழாவில் இந்த ஐந்து குறுநாவல்களும் வெளியிடப்பட்டன. வேறு விழா எதற்கும் அவர் ஒப்புக்கொள்ளவில்லை. குறுநாவல்களைப் பற்றிப் பேச வந்தவர்கள் முக்கியமான எழுத்தாளர்கள் என்றார்கள். ஆதித்ய சிதம்பரம் அவர்களில் சிலரது பெயரை அறிந்து வைத்திருந்தார். அவர்கள் பேசிய பின்னர் இறுதியாக அவர் சுருக்கமாகப் பேசினார்.

"அக்ரஹாரம் என்ற கதை தமிழ்நாட்டில் பிராமணர்களின் வீழ்ச்சி ஏற்பட்ட காலகட்டத்தைப் பேசுகிறது. ஆணுக்கும் பெண்ணுக்கும் ஏற்படக்கூடிய உறவு, மனநிலை, சந்தர்ப்ப சூழ்நிலையைப் பொறுத்து மாறக்கூடியது. இதை 'ஆணும் பெண்ணும்' கதையில் மேஜிக் தன்மை கலந்து எழுதியிருக்கிறேன். 'இசபெல்லா' கதை சற்று சிரமந்தரக்கூடிய கதை. ஒரு காக்கை ஒருவனைத் தேர்வு செய்து ஏன் அவன் தலையில் கொத்துகிறது. இதற்குப் பின்னணி என்ன என்பதை யாரறிவார். இசபெல்லா வழியாக அவன் அதை அறியப்பார்க்கிறான். 'ஆதிசிவம்' கதையில் அவரின் துயரக்கதை ஆரம்பித்ததற்கு ஆனந்தியின் சாபம் காரணம் இல்லை. அவரது சாமர்த்தியமற்ற முடிவு தான் காரணம். ஆனந்தியின் சாபம் அவருடைய சாமர்த்தியத்தை உளவியல் ரீதியாக குறைக்கிறது என்று வேண்டுமானால் சொல்லலாம். 'நடிகையின் கணவன்' கதை உளவியல் ரீதியானது. அனைவருக்கும் நன்றி"

இதுதான் ஆதித்ய சிதம்பரம் பேசியதின் சாரம். எழுத்தாளர் முனியசாமி பேசும்போது "இக்கதைகள் குழப்பத்தை ஏற்படுத்துகின்றன. இயல்புவாத எழுத்துக்கள் உள்ள 'அக்ரஹாரம்' கதை

மட்டும் தான் என் நேசிப்புக்குரியது. அதிலும் இருபக்கங்களிலும் உள்ள பிரச்சினைகளைக் காட்டுகிறார். அதுவும் குழப்பத்தை ஏற்படுத்துகிறது. பிற கதைகளில் குறியீடோ, மாயக்காட்சியோ என்னவோ வருகிறது. ஆதிசிவம் கதையில் கூட ஆரம்பத்தில் வராத குறியீடு பின்னர் அவ்வப்போது வந்து அவருடைய தோல்விக்குப்பின் நின்று சிரிக்கிறது. இதெல்லாம் மக்கள் இலக்கியம் அல்ல. எழுத்தாளன் உத்திகளையும், தந்திரங்களையும், தேவையற்ற குறியீடுகளையும் பயன்படுத்தாமல் மக்களின் துயரத்தை இயல்பாகக் கூறவேண்டும். அவைதான் மக்களை அடையும். இக்கதைகள் அறிவு ஜீவிகளுக்கு மட்டும் உரியது. இதனால் சமூகத்திற்குப் பயன் இல்லை" என்றார்.

இதற்கு ஆதித்ய சிதம்பரம் பதில் கூறவில்லை. வெளியீட்டு விழா சம்பவத்தை சிறிது நேரத்தில் மறந்துவிட்டார். பதிப்பாளர் மது விருந்திற்கு அழைத்தபோது அந்தச் சூழல் மோசமாகயிருக்கும் என்று நினைத்து "இல்லை நான் என் தோழி ரஞ்சனாவுடன் இரவு விருந்து உண்ண ஒப்புக்கொண்டிருக்கிறேன்" என்று கூறிவிட்டு ரஞ்சனாவுடன் சென்றுவிட்டார்.

ரஞ்சனாவுடன் மதுவருந்தி பேசிக்கொண்டிருந்தார். "மக்களுக்கு எல்லாம் எளிமையாக இருக்க வேண்டும். வாழ்க்கையில் பல புதிர்களையும் சிக்கலான மனிதர்களையும் பார்க்கும் மனிதர்கள் ஒரு மனிதனைக் கதையில் இரண்டு விதமாகக் காட்டும் போது விமர்சனம் செய்கிறார்கள்" என்றாள், ரஞ்சனா.

"நான் உன் உதடுகளையே பார்த்துக்கொண்டிருப்பதை நீ கவனிக்கிறாயா, உதடுகளின் மூலம் நீ மது அருந்துவதையும் பார்த்துக்கொண்டிருப்பதை நீ கவனிக்கிறாயா ... பெண்களுடன் மது அருந்துவது இனிமையானது" என்றார் ஆதித்ய சிதம்பரம்.

"இனி என்ன ப்ரோகிராம்" என்று கேட்டார், ரஞ்சனா.

"நாளை என் முன்னாள் மனைவியையும் அவளுடைய மகளையும் உன்னோடு சேர்ந்து பார்க்கப்போகிறேன்"

ரஞ்சனாவிற்கும் அவர்களை அறிந்துகொள்வதில் ஆர்வம் இருந்தது. அவள் சந்தோஷமாக "நல்லவேளை என்னையும் கூட்டிச்செல்வதாகக் கூறினீர்கள். எனக்கு ஹேப்பி" என்றாள்.

ஆதித்ய சிதம்பரமும் ரஞ்சனாவும் சிதம்பரம் நகரத்திற்கு வந்து சேர்ந்தார்கள். "இந்த நகரத்தின் பெயர்தான் என் பெயரில் இடம் பெற்றிருக்கிறது. இங்குள்ள நடராசர் கோயில் பிரம்மாண்டமானது. பிரசித்தமானது. இந்த ஊரில்தான் சிவபக்தரான நந்தனார் தாழ்ந்த சாதி என்பதால் கோயிலுக்குள்

செல்லவிடாமல் தடுக்கப்பட்டு எரிக்கப்பட்டார்" என்றார், ஆதித்ய சிதம்பரம்.

கோயிலுக்குச் சென்றுவிட்டு, அங்கிருந்து வடலூர் சென்றார்கள். அங்குள்ள ஜோதியைப் பார்த்தார்கள். வள்ளலார் பசியாற மூட்டிய நெருப்பின் நீட்சியான நெருப்புத்துண்டங்களைப் பார்த்தார்கள். அங்குள்ள அலுவலகத்தின் முன் மாட்டுவண்டியில் வந்த அரிசி மூட்டைகளை இறக்கிக்கொண்டிருந்தார்கள். யாரோ உபயம் செய்த அரிசி மூட்டைகள். ரஞ்சனாவிற்கு கோயிலும் வடலூர் உணவு வழங்கும் இடமும் வந்திறங்கும் அரிசி மூட்டைகளும் ஆச்சரியத்தைக் கொடுத்துக் கொண்டிருந்தன.

அங்கிருந்து காட்டுமன்னார் கோயில் சென்றார்கள். அங்குதான் சாரதாவையும் அவளின் மகள் வசந்தியையும் சந்திக்க இருக்கிறார்கள்.

2

சாரதா அரசு உதவிபெறும் பள்ளியில் தலைமை ஆசிரியையாக தற்போது பணிபுரிகிறாள். அவளும் அரசு உதவிபெறும் அனாதை நிலையத்தில் வளர்ந்தவள்தான். காந்தியம் சார்ந்த அறக்கட்டளையின் உதவியுடன் இயங்கிய நிலையம் அது. மிகுந்த கட்டுப்பாடு. சுதந்திரமாக வெளியே போய்வர முடியாது. பயந்த மனதுடையவளாக இருந்தாள். எப்படியோ டீச்சர் டிரையினிங் முடித்து வேலையில்லாமல் தையல் வேலைக்குச் சென்று வந்தாள். அந்தச் சமயத்தில்தான் ஆனந்தமூர்த்தி என்ற ஆசிரியருடன் பழக்கம் ஏற்பட்டது. அவர் காந்தியத்தில் பிடிப்பு உள்ளவராக ஏழைகள், இல்லாதவர்கள், பலவீனமானவர்கள் ஆகியோரின் மீது கருணை கொண்டவராக இருந்தார். அவர் சாரதாவைத் திருமணம் செய்துகொள்ள விரும்பினார். சாரதா அழகியாக இருந்ததும் ஒரு காரணம்.

திருமணம் எளிமையாக கதராடைகள் அணிந்து சாரதா வசித்த நிலையத்திலேயே நடந்தது. அவர்களுக்குப் பெண் குழந்தை பிறந்தது. வசந்தி என்று பெயரிட்டார்கள். ஒரு நாள் அவருக்கு நெஞ்சுவலி வந்து, மருத்துவமனைக்குக் கொண்டு செல்லும் வழியில் இறந்துவிட்டார். திரும்பவும் சாரதா குழந்தையுடன் நிர்க்கதியானாள். இவளுடைய ராசி அவரைக் கொன்றுவிட்டது என்று பலரும் புறம் பேசினார்கள். "தான் உண்மையில் ராசியற்ற ஆள்தான் போலிருக்கிறது. தாய், தந்தை கிடையாது. தற்போது கணவனும் கிடையாது. பெண் குழந்தை வேறு இருக்கிறது" என்று அவள் நினைத்துக் கொண்டாள். அவள் மீண்டும் தையல் வேலைக்குச் சென்றாள். தனிமையில்

அழுவாள். உலகமே தன்னைத் துன்புறுத்துவதற்காகத்தான் இருக்கிறது போலிருக்கிறது என்ற எண்ணம் அவளுக்கு இருந்தது.

சாரதாவின் கணவர் ஆனந்தமூர்த்தியின் பெரியப்பா சந்தானம் சிதம்பரத்தில் உள்ள இந்தி பிரச்சார சபையின் தலைவராக இருந்தார். அலுவலக வேலையாக அவர் டெல்லி சென்றிருந்த போது அவருடைய நண்பரான வழக்கறிஞரைச் சந்திக்கச் சென்றிருந்தார். அங்கு ஆதித்ய சிதம்பரத்தை சந்தித்தார். காந்தியின் கொள்கைகளைப் பற்றியும் சமூக சீர்திருத்தங்களைப் பற்றியும் பேசிக்கொண்டிருந்தார்கள். அப்போது சந்தானத்திற்கு ஒரு யோசனை ஏற்பட்டது. தாய் தந்தை இல்லாமல் படித்து வழக்கறிஞராகப் பணிபுரிபவர் ஆதித்ய சிதம்பரம் என்று சந்தானம் அறிந்து வைத்திருந்தார். ஆதித்ய சிதம்பரத்திடம் அவருடைய திருமணம் பற்றிக் கேட்டார். ஆதித்ய சிதம்பரம் வழக்கறிஞர் தொழிலில் இறங்கி சிலகாலம் ஆகியிருந்தது. தனக்குத் திருமணம் பற்றிய சிந்தனை இல்லை என்றார் ஆதித்ய சிதம்பரம். மெதுவாக விதவைத் திருமணம் என்ற கோட்பாட்டைப் பற்றி சந்தானம் பிரஸ்தாபித்தார். அது பற்றி தனக்கு கருத்துவேறுபாடு இல்லை என்றும் அந்த விதவைக்குக் குழந்தை இருந்தபோதும் அவரை ஏற்றுக்கொள்ள காந்தியப் பற்றுள்ளவர்கள் முன்வர வேண்டும் என்றார் ஆதித்ய சிதம்பரம். பேச்சு தொடர்ந்தது,

"காந்தியின் சமூக சீர்திருத்தக்கொள்கை எனக்குப் பிடித்த மானது. சனாதனவாதிகளையும் சமூகத்தின் மேல் அடுக்கில் இருப்பவர்களையும் அவர் சமூகசீர்திருத்தங்களில் ஈடுபட வைத்தார். நான் இடதுசாரி சிந்தனைகள் உடையவன். சமூக சீர்திருத்தங்களில் நம்பிக்கை உடையவன். வாய்ப்பிருந்தால் சீர்திருத்தங்களைக் கடைப்பிடிக்கவும் செய்வேன்"

"நான் சொல்றேன்னு தப்பா நெனைச்சுக்காதீங்க... எங்க ஊர்லே சாரதான்னு ஒரு பொன்னு. தங்கமான பொன்னு. தாய் தகப்பன் இல்லாதது. காந்தி ஆதரவற்றோர் நிலையத்தில் படித்து டீச்சர் டிரெயினிங் முடித்தவள். என் தம்பி பையன் ஆனந்தமூர்த்தி அவளைக் கல்யாணம் செய்ய விருப்பப்பட்டான். நான் இருந்து செய்து வைத்தேன். ஒரு பெண் குழந்தை உள்ளது. திடீரென ஆனந்த மூர்த்தி நெஞ்சுவலி வந்து இறந்துவிட்டான். திரும்பவும் அவளுக்கு சோதனை. அழகான பொன்னு. இப்ப தையல் வேலைக்குப் போகிறாள். உங்களுக்கு விருப்பம்னா அவளைப்பாருங்க. நான் ஏற்பாடு பண்றேன்."

"சரி. ஏற்பாடு பண்ணுங்க. அவுங்களுக்கு என்ன வயசிருக்கும்"

"இருபத்திமூணு அல்லது இருபத்தி நாலு இருக்கும். குழந்தை இருக்கே. அதை ஆதரவற்றோர் நிலையத்திலே சேத்துரலாமா..."

“இல்லை நாங்க பட்ட கஷ்டத்தை அந்தக் குழந்தையும் படனுமா. இருக்கட்டும். முதல்லே அந்தப் பொண்ணை நான் பாக்கனுமே. எனக்குப் புடிச்சிருந்தால்தான் மேற்கொண்டு அடுத்த கட்டத்துக்கு நான் போகனும்.”

“சரி. அடுத்தமாதம் டெல்லி வருவேன். அப்ப சாரதாவை கூட்டி வாரேன். உங்களுக்கு தகவல் தெரிவிக்கிறேன்”

“குழந்தையையும் கூட்டி வரச் சொல்லுங்க”

“அப்படியே செய்கிறேன்.”

சாமர்த்தியமாகப் பேசி ஒரு முக்கியமான, காந்திக்குப் பிடித்தமான வேலையை நோக்கி சம்பவத்தை நகர்த்திவிட்டோம் என்று சந்தானத்திற்கு மகிழ்ச்சி ஏற்பட்டது.

3

டெல்லியில் ஆதித்ய சிதம்பரத்தின் வீட்டிற்கு சாரதாவையும் குழந்தையையும் அழைத்து வந்து இருவரையும் ஒப்புக்கொள்ள வைக்கும் பெரிய வேலை தனக்கு இருக்கிறது என்று நினைத்தார் சந்தானம். பெரிய சாகசமாக்கும் என்று நினைத்தார்.

சாரதாவின் வீட்டிற்குச் சென்றார் சந்தானம். அவர் டெல்லிக்குச் சென்றதைப் பற்றிக் கூறினார். அங்கு தனக்குத் தெரிந்த வக்கீல் அலுவலகத்தில் வக்கீலான ஆதித்ய சிதம்பரத்தைச் சந்தித்ததைக் கூறினார்.

“பிள்ளையாண்டன் ரொம்ப நல்ல பையன். ஆளும் மாநிறம். படிப்பு சட்டம். அறிவாளி. பொறுமைசாலி. இடதுசாரி சிந்தனையுள்ளவன். சமூக சீர்திருத்தத்திற்கு உடன்பாடானவன். இந்த மாதிரி ஆட்கள்தான் சமூகசீர்திருத்தத்திற்குத் தேவை. நீ எவ்வளவு நாளைக்கு இப்படி தனியா இருக்கப் போறே. உலகம் சரியில்லை. பெண் குழந்தை வேறு இருக்கு ... அந்தப் பையனும் உன்னைப் பாக்க சம்மதம் கொடுத்திட்டான். முதல் கல்யாணம். கெட்ட பழக்கம் ஏதும் இருக்கற மாதிரி தெரியலை. உன்னை வைச்சு அவன் காப்பாத்துவான். உன் நிலைமையும் மாறிவிடும் என்ன சொல்றே.”

“என்ன மாமா நீங்க சொல்றது. நானே துரதிருஷ்டம் பிடிச்சவ. அப்பா அம்மா எனக்குச் சின்ன வயசிலே போயிட்டாங்க. எனக்கு கல்யாணமே ஆகாதுன்னு நெனைச்சேன். உங்க தம்பி மகன் ரூபத்திலே எனக்கு வாழ்க்கை கிடைச்சது. நீங்க நடத்தி வைச்சீங்க. என்ன ஆச்சு என் துரதிருஷ்டம் அவரும் திடீர்னு இறந்து போயிட்டார். ஒரு கைப்பிள்ளை வேறு இருக்கு. எனக்கு

அந்த எண்ணமே இல்லை. இப்படியே வாழ்க்கையை கடத்திட்டுப் போறதுதான் என் வாழ்க்கைக்கு நல்லது இன்னொருத்தர் வாழ்க்கையையும் என் ராசி கெடுத்திரும் ...”

‘என்ன முட்டாத்தனமா ராசின்னு பேசிட்டிருக்கே. அவனுக்கு விதி முடிஞ்சிருச்சு. ஏன் உனக்கு நல்ல காலம் ஆரம்பிக்கக் கூடாதா. நான் உன்னை டெல்லிக்கு கூட்டிட்டுப் போறேன். குழந்தையையும் தூக்கிட்டு வா. நீ அவனைப் புடிச்சிருக்கானு பாரு. அவனுக்கும் உன்னை புடிக்கனுமே ... சீர்த்திருத்தத்துக்காக கல்யாணம் பண்ண முடியாதே. ஒருத்தருக்கொருத்தர் புடிச்சிருக்கனுமே. அதுதான் முக்கியம். சும்மா டூர் போறோம்னு நெனைச்சுக்க. பிடிக்கலைன்னாலும் ஒன்னும் இல்லை. எல்லாம் என் கைங்கர்யமா இருக்கட்டும். பொறந்ததுக்கு நாம ஏதாவது முக்கியமான காரியம் பண்ணனும். அதான் பிறவிப்பயன் ...’

“மாமா காபி சாப்பிடுங்க”

“சக்கரை கம்மியா”

சாரதா காபி கொண்டு வந்து கொடுத்தாள். பதில் ஏதும் அப்போது கூறவில்லை

“நான் டெல்லி போறதுக்கு முன்னாலே சொல்றேன். ஒன்னும் நெனைக்காதே, எப்போதுமே கெட்டதுதான் ஒருத்தருக்கு நடக்கனுமா ... நல்லது நடக்கக் கூடாதா ...”

அவர் சாரதாவின் வீட்டைவிட்டு வெளியேறினார்.

4

டெல்லியில் குளிர். ஏற்கனவே உள்ளமும் உடலும் நடுங்குவது போல் சாரதாவிற்கு இருந்தது. இப்போது குளிர் கூட சேர்ந்து கொண்டது. சந்தானமும் சாரதாவும் ஆதித்ய சிதம்பரத்தின் வீட்டிற்குள் நுழைந்தார்கள். சிறிய அடக்கமான வீடு. புறநகர்ப் பகுதியில் இருந்தது.

ஆதித்ய சிதம்பரம் அவர்களை வரவேற்றார். பேண்ட் சட்டை அணிந்திருந்தார். வீட்டினுள் நுழைந்த சாரதாவைப் பார்த்தார். அவளிடமிருந்து குழந்தையை வாங்கிக்கொண்டார். இப்போது அவரால் சாரதாவை நன்றாகப் பார்க்க முடிந்தது. பச்சைக்கலர் புடவை அணிந்திருந்தாள். வலதுபக்கம் உதட்டிற்கு மேல் மச்சம் இருந்தது அழகாக இருப்பதாக ஆதித்ய சிதம்பரத்திற்கு தோன்றியது. சாரதா அழகாக இல்லாமல் இருந்தால் சீர்திருத்தத்திற்காக எப்படித் திருமணம் செய்துகொள்வது

என்று நினைத்திருந்தார். சாரதா பயந்தவளாகவும் அவள் முகத்தில் அல்லது உள்ளத்தில் சோகம் குடியிருப்பதாகவும் ஆதித்ய சிதம்பரத்திற்குத் தோன்றியது.

ஸ்வீட் காரம் காபி கொடுத்து உபசரித்தார். அவள் தயங்கித்தயங்கி சாப்பிடுவதாகத் தோன்றியது. குழந்தை அழுததும் அவள் பதறிப்போய் வாங்கிக்கொண்டாள். சந்தானம், டெல்லியின் தட்ப வெப்ப நிலை பற்றியும் மக்கள் கூட்டம் பற்றியும் பேசினார். பேச்சு ஒரு இடத்தில் நின்றது.

"உங்களுக்கு ஆங்கிலம் பேச வருமா, எழுத வருமா" என்று சாரதாவைப் பார்த்து ஆதித்ய சிதம்பரம் கேட்டார்.

"புரிஞ்சிக்குவேன். சரளமா பேச எழுத வராது"

"நான் தற்போது ஆங்கிலத்தில் கதை கட்டுரை எழுதிக் கொண்டிருக்கிறேன். எனக்கு முக்கியமான எழுத்தாளனாக வேண்டும் என்ற ஆசை இருக்கிறது"

"நீங்கள் வக்கீல்னு மாமா சொன்னாரு..."

"ஆமா வக்கீல்தான். எழுத்தாளனா சம்பாதிக்கிறவரைக்கும் சம்பாதிக்கனும் இல்லையா. இந்தத் தொழில் சட்டம் சம்பந்தப் பட்டது. எனக்கு இந்தத் தொழிலும் பிடிக்கும். என் நேசத்திற்குரியது இந்தத்தொழில்.

"உங்ககிட்டே பயமும் சோகமும் இருக்கு. முகத்திலே பிரதிபலிக்குது. அவை நீங்கினால் முகம் வெளிச்சமாக இருக்கும்"

அவள் நாணிக்கொண்டே "டெல்லிக்கு வந்தா எல்லாம் சரியாயிரும்" என்றாள்.

அவளுடைய இந்த வாசகம் ஒரு நல்ல சமிக்ஞையாக, சந்தானத்திற்கும் ஆதித்ய சிதம்பரத்திற்கும் தோன்றியது.

"சீக்கிரமா டெல்லிக்கு வந்துருங்க" என்றார் ஆதித்ய சிதம்பரம்.

சாரதா சிரித்தாள். சந்தானத்திற்கு அவர்களின் பேச்சு பிடித்திருந்தது.

5

ரயிலில் சந்தானமும் சாரதாவும் ஊருக்குத் திரும்பிக்கொண் டிருந்தார்கள். குழந்தை தூங்கிக்கொண்டிருந்தது. சாரதா ஜன்னலோரமாக அமர்ந்திருந்தாள். ஜன்னல் வழியே வேடிக்கை பார்த்துக்கொண்டிருந்தாள். காற்றில் தலைமுடி பறக்க அவள் அதை

அடிக்கடி சரி செய்து கொண்டிருந்தாள். அவள் சிந்தனைவயப்பட்டிருந்தாள். தவறு. அவள் கற்பனைவயப்பட்டிருந்தாள். அக்கோலத்தில் அவள் அழகாக இருப்பதாக சந்தானத்திற்குத் தோன்றியது. அவளைப் பார்க்கும்போது திடீரென்று அவருக்கு காமக்கிளர்ச்சி ஏற்பட்டது. சற்றுநேரம் அவளையே பார்த்தார். "ஈஸ்வரா இது என்ன சோதனை. இவ்வளவு காலமும் இல்லாமல் இப்போது மட்டும் ஏன் தோன்றுகிறது" என்று புரியாமல் தவித்தார். கிளர்ச்சி கூடியதே தவிர மறைவதற்கான அறிகுறி இல்லை. அவளைக் கட்டிப்பிடிக்க மனம் விரும்பியது. அவர் எழுந்து கழிவறைக்குச் சென்று வந்தார். கதவுப்பக்கம் நின்றார். காற்று வீசியது. உடல் குளிர்ந்தது. சற்று நேரத்தில் காற்று அடித்ததினால் சருமம் உலர்ந்தது போல் தோன்றியதால் கதவை அடைத்துவிட்டு அங்கேயே நின்றார்.

காந்தியை நினைத்துக்கொண்டார். தனக்கு சத்திய சோதனை ஏற்பட்டுள்ளது என்று நினைத்துக்கொண்டார். சாரதா விதவை என்ற நிலை இருந்தவரையில் அவருக்கு வேறு எண்ணங்கள் ஏற்படவில்லை. ஆனால் அவள் விதவை நிலையிலிருந்து குடும்ப வாழ்க்கைக்கு மாறப்போகிறாள் என்ற நினைப்பே தீயசக்தியாக மாறி காம அலைக்கழிப்பை அவருள் ஏற்படுத்தியுள்ளது. அவருக்கு அவமானமாக இருந்தது. கேடுகெட்ட எண்ணங்கள் தன்னையும் மீறி ஆட்டம் போடுவதை எதிர்கொள்ள பலமில்லாமல் தான் இருப்பதாக அவருக்குத் தோன்றியது. ரயிலில் இரண்டுதடவைகள் வேண்டுமென்றே முட்டினார். வலிக்காத வகையில் முட்டுகிறோம் என்று அவருக்குத் தோன்றியது.

"என்ன ஆயிற்று எனக்கு. நான் ஒரு அல்ப மனிதனாகி விட்டேன்" என்று மனதுக்குள் புலம்பினார். இது போன்றதொரு சந்தர்ப்பத்தில் டால்ஸ்டாய் கதையில் வரும் பாதிரியார் கையை வெட்டிக்கொள்வார் என்பது சந்தானத்திற்கு நினைவு வந்தது. கையையாவது வெட்டுவதாவது. லேசாக வேண்டுமென்றால் கத்தியால் கைவிரல்களில் கீறிக்கொள்ளலாம் அதுவும் சிரமம்தான்.

"ஈஸ்வரா ஈஸ்வரா" என்று புலம்பிக்கொண்டே மீண்டும் இருக்கைக்குச் சென்று அமர்ந்தார். சாரதா மேலும் மேலும் அழகாக ஆகிக்கொண்டிருந்தாள். பையில் பழம் இருந்தது. கத்தியும் இருந்தது. கத்தியை எடுத்துப் பழத்தை வெட்டினார். லேசாக இடது கை விரலில் சிறிதாக வெட்டிக்கொண்டார். ரத்தம் வந்தது. சாரதா அதைப் பார்த்து குழந்தைக்கு வைத்திருந்த துணியை எடுத்துக் கட்டுப்போட வந்தாள். அவள் அவரின் கையைத் தொட்டதும் அவருள் காமம் கொழுந்து விட்டு எரிந்தது.

"நானே கட்டுப்போட்டுக் கொள்கிறேன்" என்றார்.

சுரேஷ்குமார இந்திரஜித்

“நீங்க எப்படி ஓத்தைக் கையாலே கட்டுப்போடுவீங்க” என்று அவள் அவருடைய கையைப்பற்றி கட்டுப் போட்டு விட்டாள்.

“பழத்தை பாத்து நறுக்க வேண்டாமா” என்றாள்.

“பாத்துத்தான் நறுக்கினேன்” என்று சந்தானம் குழறினார். வெட்டுக்காயம் ஏற்பட்ட பிறகு காமம் குறையத் தொடங்கியதாக அவருக்கு எண்ணம் ஏற்பட்டது.

6

சாரதாவின் வீட்டிற்குள் சந்தானம் வந்திருந்தார். நாற்காலியில் உட்கார்ந்திருந்தார். சாரதா காபி கொண்டு வந்து வைத்தாள். “குழந்தை எங்கே” என்று கேட்டார். அவள் அறைக்குள் தூங்குவதாகக் கூறினாள்.

“காயம் ஆறிவிட்டதா”

“ஆறிவிட்டது. சின்ன வெட்டுக்காயம். சேர்ந்துவிட்டது. இதோ இந்த விரலைப்பார்”

அவள் நெருங்கி வந்து விரலைப் பார்த்தாள்.

“இந்த வெட்டுக்காயம், தானா ஏற்பட்டதில்லை, நானா வெட்டிக்கிட்டதுதான்.”

“எதுக்கு”

“ஆம். ஆசையை வெட்டிக்கிட்டேன்”

“ஆசையா என்ன ஆசை”

“உம் மேலே உள்ள ஆசைதான்” அவருக்கு உடல் நடுங்கியது.

“என்ன மாமா சொல்றீங்க. எனக்கு ஒன்னும் புரியலை”

“இல்லைன்னு சொல்லலை. ஆசை பத்தி எரியுது. அணைக்க வழியில்லை. ஆரம்பத்திலேயே பிளான் பண்ணினது இல்லை. அன்னைக்கு டிரெயின்லே டெல்லியிலிருந்து ஊருக்குத் திரும்பி வந்தோமில்லியா. நீ ஜன்னலோரம் உட்கார்ந்திருந்தே. வெளியே வேடிக்கை பார்த்தே. அப்ப இந்த பிசாசு பிடிச்சுக்கிச்சு. நானும் பிசாசை விரட்டிப் பாக்குறேன். நகர மாட்டேங்குது.”

“எங்கூட செக்ஸ் வைச்சுகிட்டா பிசாசு போயிருமா” என்றாள் அதட்டலாக.

“அய்யய்யோ அது ஈஸ்வரக் குத்தம். எனக்குத் தேவை ஒரு அணைப்பு. அம்பாள் தொண்டனை அணைக்கிறமாதிரி. அது

போதும் பிசாசு ஓடிரும். ஆனா உடன்பட்டுத்தான் செய்யனும். பலவந்தம் ஈஸ்வரக்குத்தம்"

அவள் அடுக்களைக்குச் சென்றாள். சொம்பில் நீர் கொண்டு வந்தாள். அவர் முன்னால் நீர் குடித்தாள். சொம்பை தரையில் வைத்துவிட்டு சந்தானத்தை நோக்கி கைகளை விரித்தாள். உணர்ச்சியற்ற முகத்துடன் இருந்தாள். நாற்காலியில் அமர்ந்திருந்த சந்தானம் எழுந்து வந்து அவள் கைகளுக்குள் வந்து கட்டியணைத்து கழுத்தில் முத்தமிட்டார். பிறகு தன்னை விடுவித்துக்கொண்டு சாரதாவின் காலில் விழுந்தார். "அம்பாள் பிசாசை விரட்டிட்டா. அம்பாள் மேலே ஆணையா இந்தச்சம்பவத்தை மறந்துரு. இனிமே இப்படி நடக்காது. சத்தியமா" என்று சாரதாவின் தலையில் அடித்து சத்தியம் செய்தார்.

வீட்டைவிட்டு வெளியேறினார்.

7

டெல்லியில் எளிமையாக குறைந்த நபர்களுடன் சாரதா ஆதித்ய சிதம்பரம் திருமணம் நடந்தது. சந்தானம் முன்னின்று ஏற்பாடுகள் செய்து நடத்தினார். சிதம்பரத்திலேயிருந்து ஒரு நடுத்தர வயதுப் பெண்ணை வரவழைத்து அவர்கள் வீட்டில் உதவிக்காக அமர்த்தினார். இரவு நேரங்களில் சாரதாவின் குழந்தை வசந்தியை அந்தப் பெண் – அவளுடைய பெயர் பாண்டியம்மாள் – வைத்துக்கொள்வாள்.

ஆதித்ய சிதம்பரத்துடன் இரவில் தனியாக சாரதா இருக்கும்போது குழந்தை அழும் சத்தம் கேட்டால் அவளுக்குப் பதற்றமாக இருக்கும். அவளுக்கு நாட்டம் குறைந்துவிடும். சிலநேரங்களில் எழுந்து ஆடைகளை சீர்செய்து வெளியே குழந்தையிடம் வந்துவிடுவாள். அப்போதெல்லாம் இன்னொரு திருமணம் செய்திருக்கக் கூடாது என்று அவளுக்குத் தோன்றும். ஆதித்ய சிதம்பரத்திற்கு இப்படி ஏற்படும் இடையூறு சங்கடமாகத்தான் இருக்கும். பொறுமையாக இருப்பார்.

குழந்தை இரவில் அழக்கூடாது என்று பிரார்த்திக் கொள்வாள். மற்றபடி அவள் அவருடன் சந்தோஷமாக இருந்தாள். ஆதித்ய சிதம்பரத்திற்கு வக்கீல் தொழிலும் எழுத்துத் தொழிலும் வெற்றிகரமாக நடந்தது. அவருக்கு சாரதாவின் அழகு பெரும் கிளர்ச்சியை ஏற்படுத்திக் கொண்டிருந்தாலும் அவள் முகத்தில் சோகம் இருப்பதாக உணர்ந்து அதை அவளிடம் கூறவும் செய்தார். அவள் முகம்பார்க்கும் கண்ணாடியில் அடிக்கடி பார்த்தாலும் அவளுக்கு சோகம் இருப்பதாகத் தெரியவில்லை.

அதிகமாக சிரிக்க வேண்டும் போலிருக்கிறது இல்லாவிட்டால் சோகமாக இருப்பதுபோல் தெரியும் போலிருக்கிறது என்று நினைத்து சிரிப்பை வரவழைத்துக்கொள்வாள்.

பாண்டியம்மாளிடம் கேட்டாள். "என் முகம் சோகமா இருக்கா"

"இல்லியே நல்லாவுல்ல இருக்கு. ஏம்மா இப்படி அடிக்கடி கேக்கறீங்க"

"இல்ல அவரு சோகமா இருக்குன்னு சொல்றாரு. அதான் கேட்டேன்."

தன் வாழ்க்கைச் சூழலில் அனுபவித்த சோகம் தன்னையறியாமல் முகத்தில் நிரந்தரமாகக் குடி கொண்டு விட்டதோ என்றும் யோசித்தாள். விளம்பரங்களைப் பார்த்து சோப்பை மாற்றினாள். கிரீம் உபயோகப்படுத்தினாள். பளிச்சென்றிருந்தால் சோகக்களை போய்விடும் என்று நினைத்தாள். ஒன்றும் பயனில்லாமல் ஆகிவிட்டது. பளிச்சென்று தன்னை அலங்கரித்துக்கொண்டு படுக்கையறையில் படுத்திருந்தபோது "சோகக்களை தெரிகிறதா" என்று ஆதித்ய சிதம்பரத்திடம் கேட்டாள். "ஆம் இருக்கிறது. ஆனால் அதை நீ மறைத்திருப்பது தெரிகிறது" என்றார். அவள் வருத்தத்துடன் அவரைப் பார்த்தாள். அவர் அவளை அணைத்துக்கொண்டார்.

ஆதித்ய சிதம்பரத்திற்கு மூளை உழைப்பு அதிகமானது. கோர்ட்டில் வழக்கு தொடர்பாகப் பேசுவதற்கான குறிப்புகள் எழுத்து மூலமான ஆவணங்கள் சமர்ப்பிப்பதற்கான குறிப்புகள் தயார் செய்வதில் மும்முரமாக இருந்தார். நாவல் எழுதுவதிலும் ஈடுபட்டிருந்தார். இரவு படுக்கைக்கு வருவதற்கு நேரமாகும். சாரதாவுடன் திருமணமான சில நாட்களிலேயே அவள், தனது பணிகளில் உதவியாக இருக்கும் திறனுள்ளவள் இல்லை என்ற எண்ணம் ஏற்பட்டுவிட்டது. சாதாரணமான மனைவி. வீட்டைப் பராமரிப்பவள். படுக்கையைப் பகிர்ந்து கொள்பவள்.

ஒரு நாள் ஆதித்ய சிதம்பரத்திற்கு சாரதாவின் முகத்தில் உண்மையில் சோகக்களை இருக்கிறதா அல்லது அவ்வாறு தனக்குத் தெரிகிறதா என்று யோசித்தார். அந்த எண்ணத்தைப் பற்றி மேலே ஏறி ஏறிப் பார்க்கும்போது, சோகக்களை தன்னுடைய பிரமை என்றும் அவளுடைய வாழ்க்கைப் பின்னணி அத்தகைய எண்ணத்தை உருவாக்குகிறது என்றும் தோன்றியது. ஆனால் அந்த சோகக்களை அவர் கண்களுக்குத் தெரிந்துகொண்டே இருந்தது. சாரதாவின் முகம் எத்தனை வகையான அலங்காரங்களுக்கு உட்பட்டாலும்.

பலவகையான உரையாடல்களில் ஈடுபட்டு, பலவகையான யோசனைகள் சொல்லி தனக்கு ஒரு இளந்தோழி போல சாரதா இருந்தால், அவளிடம் காணும் சோகக்களை மாறும் என்று ஆதித்ய சிதம்பரத்திற்குத் தோன்றிக் கொண்டேயிருக்கும். சில வருடங்கள் கடந்தன. சோகக்களை இடைவெளியை ஏற்படுத்திக்கொண்டேயிருந்தது.

சாரதா வாழ்க்கையில் சலிப்புற்றாள். அவருக்குத் தான் நிகரானவளில்லை என்று உணர்ந்தாள். டெல்லி சூழ்நிலை அவளுக்குப் பிடிக்கவே இல்லை. எல்லாக் கணவன்மார்கள் போல் ஆதித்ய சிதம்பரம் இல்லை என்று உணர்ந்தாள். அவர் எதிர்பார்ப்பது தன்னிடம் இல்லை என்பதையும் உணர்ந்தாள். அவர் எதிர்பார்ப்பது அழகான பெண்ணை அல்ல புத்திசாலியான துடுக்குப் பெண் என்று அவளுக்குத் தோன்றியது. மேலும் குழந்தையிடம் அவர் பற்றற்று இருப்பதாகவும் தன்னிடமும் அப்படியே இருப்பதாகவும் அது அவருடைய இயல்பு போலும் என்றும் உணர்ந்தாள். இருவருக்குமிடையே பேச்சு வார்த்தை குறைந்துகொண்டே வந்தது. பேசுவதற்கும் விஷயங்கள் இல்லை.

சந்தானம் வந்து பேசிப்பார்த்தார். சாரதாவிற்கும் ஆதித்ய சிதம்பரத்திற்கும் இடையே பகையோ விரோதமோ இல்லை. ஆனால் இருவரும் பிரிவதில் உறுதியாக இருந்தார்கள். காட்டு மன்னார் கோயில் ஊரில் இருக்கும் அரசு உதவி பெறும் பள்ளியின் தாளாளர் ஒரு வழக்குக்காக டெல்லிக்கு வந்து ஆதித்ய சிதம்பரத்தைப் பார்த்து தன்னுடைய வழக்கறிஞராக நியமித்த போது, ஆதித்ய சிதம்பரம் சாரதாவிற்கு ஆசிரியை பணியினை அவருடைய பள்ளியில் வழங்க வேண்டும் என்று கேட்டிருந்தார். அவர் ஒப்புக்கொண்டிருந்தார். ஆதலால் சாரதாவின் வருமானத்திற்கு அவளுடைய ஊருக்கு அருகிலேயே ஏற்பாடு பண்ணிவிட்ட திருப்தி ஆதித்ய சிதம்பரத்திற்கு இருந்தது.

சாரதாவிற்கும் இந்த ஏற்பாடு பிடித்திருந்தது. விவாகரத்து பெறுவதற்கான ஏற்பாடுகள் துவங்கின. சாரதாவை அழைத்துக் கொண்டு சந்தானம் ஊருக்குத் திரும்பினார். சாரதாவை அம்பாள் என்றுதான் தற்பொழுதெல்லாம் சந்தானம் அழைக்கிறார்.

8

கார் காட்டுமன்னார் கோயிலை நெருங்கியது. ஆதித்ய சிதம்பரம் நேரத்தைப்பார்த்தார். சாரதாவைப் பார்க்க வருவதாகச் சொன்ன நேரத்திற்கு இன்னும் சற்று நேரம் இருந்தது. சந்தானத்தைப் பார்த்துவிட்டு பின்னர் சாரதாவைப் பார்க்கலாம் என்று எண்ணி சந்தானம் வீட்டிற்குக் காரை போகச் சொன்னார்.

வாசலில் காரை நிறுத்தி ஆதித்ய சிதம்பரமும் ரஞ்சனாவும் இறங்கினார்கள். சத்தம் கேட்டு வெளியே வந்த சந்தானத்தின் மனைவியிடம் "நான் ஆதித்ய சிதம்பரம்" என்றார். உள்ளே நுழைந்தார்கள்.

ஈஸிசேரில் படுத்திருந்தார் சந்தானம். வெண்தாடி நன்றாக வளர்ந்திருந்தது. ஆதித்ய சிதம்பரத்தைப் பார்த்ததும் எழுந்து நின்று வணங்கினார். "உங்களுக்கு நோபல் பரிசு கிடைத்திருப்பதை பத்திரிக்கையில் பார்த்தேன். வாழ்த்துக்கள். நீங்கள் வர இருப்பதாக சாரதா கூறினாள். நான் சற்று நேரத்தில் அவ வீட்டுக்குச் செல்லலாம்னு நெனைச்சிருந்தேன். நீங்க வந்துட்டீங்க. நல்லாயிருக்கிங்களா ... இவுங்க யாரு" என்றார் சந்தானம்.

"இது ரஞ்சனா. என் தோழி. சாரதா, வசந்தி எப்படியிருக்காங்க... பாத்து பல வருஷங்கள் ஆச்சு. இப்ப தமிழ்நாடு விசிட். எல்லோரையும் பாத்துட்டுப் போகலாம்னு எண்ணம்"

"சாரதா நல்லா இருக்கா. இப்ப ஹெட்மிஸ்ட்ரஸ் ஆயிட்டா. அவ அம்பாள். சோதனை மேல் சோதனையைத் தாங்கி புடம் போட்ட தங்கம் மாதிரி ஜொலிக்கிறா. விஷம் குடிச்சாலும் உள்ளே இறங்காது. அவ்வளவு உறுதி. அவ மனசு இறுகிப்போச்சு. அம்பாள் வடிவம்" என்றார் சந்தானம்.

ஆதித்ய சிதம்பரம் சந்தானத்தையும் வரச்சொன்னார். அனைவரும் காரில் ஏறி சாரதாவின் வீட்டை நோக்கிச் சென்றார்கள். கார் சாரதாவின் வீட்டையடைந்தது. கார் சத்தம் கேட்டு வாசலுக்கு வந்தாள் சாரதா. உடல் சற்று கூடியிருந்தது. ஆனால் குண்டாகயிருக்கிறாள் என்று சொல்ல முடியாது. ஆதித்ய சிதம்பரத்தைப் பார்க்க வந்த அன்று அணிந்திருந்த பச்சை நிறத்தில் சேலை அணிந்திருந்தாள். ஆதித்ய சிதம்பரமும், சாரதாவும் ஒருவரையொருவர் பார்த்துக்கொண்டார்கள். சாரதாவின் முகத்தில் அவர் கண்ட சோகக்களை இல்லை. சோகக்களையின் சாயல் கூட இல்லை. பளிச்சென்றிருந்தாள். வீட்டிற்குள் அனைவரும் நுழைந்து அமர்ந்தார்கள்.

"ஹெட்மிஸ்ட்ரஸ் ஆயிட்டேன்னு சந்தானம் சொன்னாரு. அதிகாரி மாதிரி மிடுக்கா இருக்கே" என்றார் ஆதித்ய சிதம்பரம்.

"நீங்களும் நோபல்பரிசு வாங்கி பளிச்சினு இருக்கிங்க வயசே தெரியலை"

வசந்தி நின்றுகொண்டிருந்தாள். இருவரையும் பார்த்துக் கொண்டிருந்தாள். வசந்தி வளர்ந்திருந்தாள்.

ஆதித்ய சிதம்பரம் வசந்தியை அருகில் அழைத்தார். என்ன படிக்கிறாள், எந்தப் பள்ளியில் படிக்கிறாள் என்று கேட்கக் கூடாது என்று நினைத்திருந்தார். அவளிடம் "படம் வரைவியா?" என்றார். அவள் சந்தோஷத்துடன் ஓடிச்சென்று ஒரு பெரிய நோட்டை எடுத்துவந்தாள். ஆதித்ய சிதம்பரம் நோட்டைப் பிரித்தார்.

அதில் பெரும்பாலான படங்கள் வண்ணத்துப்பூச்சிகள். விதவிதமான நிறங்களில் வண்ணத்துப்பூச்சிகள் வரையப்பட்டிருந்தன. அவர் ஆச்சரியத்துடன் வசந்தியைப் பார்த்தார். "என் எழுத்துகளுக்குப் பின் வண்ணத்துப்பூச்சிகள்தான் பறக்கின்றன. அதை இவள் வரைந்திருக்கிறாள்" என்று சாரதாவிடமும் ரஞ்சனாவிடமும் காண்பித்தார்.

சாரதாவிற்கு ரஞ்சனா யார் என்ற கேள்வியே அவளைப் பார்த்ததிலிருந்து எழுந்துகொண்டிருந்தது. காபி போடுவதற்கு உள்ளறைக்குச் சென்ற சாரதா சந்தானத்தை அழைத்தாள்.

"அந்தப் பொன்னு யாரு. புத்திசாலியாத் தெரியறாளே. கல்யாணம் கட்டிக்கிட்டாளா." என்று சந்தானத்திடம் கேட்டாள்.

சந்தானம் சொன்னார். "கல்யாணம் கட்டிக்கிட்ட மாதிரி தெரியலே. சேர்ந்து வாழறாங்களோ என்னமோ தெரியலை..."

"அவருக்கு தோழிதான் தேவை. மனைவி தேவையில்லை" என்றாள் சாரதா.

பொதுவாகப் பல விஷயங்கள், ஆதித்ய சிதம்பரத்தின் எழுத்துக்கள், பரிசு பெறச் சென்று வந்தது, சிதம்பரம் கோயில், கல்விச் சூழ்நிலை, வள்ளலார் என்று பேச்சு விரிந்தது. விடைபெற்றுக்கொள்ளும் நேரம் வந்தது. ஆதித்ய சிதம்பரம் காரிலிருக்கும் பேக்கை எடுத்து வருமாறு ரஞ்சனாவிடம் கூறினார். ரஞ்சனா எடுத்துவந்தாள்.

"சாரதா நீ நல்லா இருக்கறதைப் பார்த்து சந்தோஷம். பல வருடங்களுக்கு முன்னாலே இருந்த சாரதா இல்லை இப்ப நான் பாக்கற சாரதா. நான் உனக்கு ஒன்னும் பெரிசா செய்யலே. வசந்தியும் இருக்கா. இந்தப் பைய வாங்கிக்க. உபயோகப்படும். பின்னாலே ஏதும் உதவின்னா என்கிட்டே கேக்கலாம்" என்றார், ஆதித்ய சிதம்பரம்.

அதில் பணம் இருக்கிறது என்பதையறிந்த சாரதா அந்தப் பையை வாங்க மறுத்து கைகளைப் பின்புறம் வைத்துக்

கொண்டாள். ஆதித்ய சிதம்பரம் வசந்தியைக் கூப்பிட்டு பையைக் கொடுக்க முயன்றார். வசந்தியும் வரவில்லை. சந்தானம் குறுக்கிட்டு "சாரதாம்பா வாங்கிக்க. அவர் பிரியப்பட்டு கொடுக்கறாரு. உன் மகளுக்கு உபயோகப்படும். உன்னைத் தாழ்வா நினைச்சு அவர் கொடுக்கலை. ஒரு பிரியத்திலே கொடுக்கிறாரு. வேண்டாம்னு சொன்னா அவர் மனசு விசனப்படும். வாங்கிக்கம்மா. எல்லாம் சந்தோஷத்துக்குத்தான். அம்பாள் அனுக்கிரகம் உனக்கு எப்பவும் இருக்கும். வாங்கிக்கம்மா. அவர் மனசு சந்தோஷப்படும்"

சாரதா அரை மனதுடன் வாங்கிக்கொண்டாள். சாரதாவை ரஞ்சனா அணைத்து விடைபெற்றுக்கொண்டாள். வசந்தியை ஆதித்ய சிதம்பரம் அழைத்து "நான் எனக்குள்ளே இருக்கும் வண்ணத்துப்பூச்சிகள் பற்றி நோபல் உரையில் பேசினேன். அந்த வண்ணத்துப் பூச்சிகளை வேறு வடிவங்களில் இங்கே உன் நோட்டுபுத்தகத்திலே பாத்தேன். உனக்கு என் ஆசீர்வாதங்கள். நல்ல வாழ்க்கை உனக்கு அமையும்" என்றார்.

அவர்கள் விடைபெற்றுக்கொண்டார்கள். சந்தானமும் விடைபெற்றுக்கொண்டார். கூடத்திற்கு சாரதா வந்தாள். ரஞ்சனா உட்கார்ந்திருந்த இடத்தில் ரஞ்சனாவின் கைக்குட்டை கிடந்தது. வசந்தியைப் பார்த்தாள். அவள் அந்தப் பெரிய நோட்டுப்புத்தகத்தைப் புரட்டிக் கொண்டிருந்தாள். சாரதா அந்த கைக்குட்டையை எடுத்துக் குப்பைத் தொட்டியில் போட்டாள்.

9

"ரெஜினா ஒரு வண்ணத்துப்பூச்சி" என்றார் ஆதித்ய சிதம்பரம். "என்ன" என்றாள் ரஞ்சனா. "ரெஜினா ஒரு வண்ணத்துப் பூச்சி" என்றார் மீண்டும்.

தேம்பாவணி இல்லம் மாறியிருந்தது. அவர் தங்கியிருந்த அறையைப் பார்த்தார். அவரைப்பற்றி அறிந்ததும் விடுதிக் காப்பாளர் அவருக்குச் சால்வை போர்த்தி கௌரவித்தார். "நீங்கள் இங்கு தங்கிப் படித்ததை நாங்கள் போர்டு எழுதி வைத்துக்கொள்ளலாமா" என்று விடுதிக்காப்பாளர் கேட்டார். ஆதித்ய சிதம்பரம் ஒப்புக்கொண்டார்.

செபாஸ்டியன் நாடார் படம் இல்லத்தில் பெரிதாக மாட்டப்பட்டிருந்தது. மாலை போடப்பட்டிருந்தது. "எப்போது காலமானார்" என்று ஆதித்ய சிதம்பரம் விசாரித்தார். அந்தப்படத்தை வணங்கினார். பிறகு ரெஜினா பற்றி கேட்டார். "பெரியவரும் ரெஜினாவும் எனக்குப் பெரிய உதவி பண்ணியிருக்காங்க. பெரியவர் எங்கோ கிடந்த எனக்கு

சாப்பாடும், இடமும் கல்வியும் கொடுத்தார். நான் ஆங்கிலத்தில் எழுதப் பேச தடுமாறிக்கொண்டிருந்தபோது ரெஜினா எனக்கு ஒரு டிக்ஷனரி கொடுத்தாங்க. அதை இன்னமும் பத்திரமா வைச்சிருக்கேன்." என்றார் ஆதித்ய சிதம்பரம்.

ரெஜினாவைப் பற்றி பேச்சு வந்தபோது விடுதிக்காப்பாளர் முகம் மாறியது. "அவுங்க யாரையும் சந்திக்கறதில்லை. அவுங்களுக்கு புற்றுநோய். ரத்தப்புற்றுநோய். கர்த்தர் சோதிக்கிறார். தர்மவான்கள் குடும்பம். எத்தனை பேருக்கு வாழ்க்கை கொடுத்துருக்கு அந்தக் குடும்பம். கர்த்தரே" என்றார் விடுதிக்காப்பாளர்.

"என்னை ஆளாக்கிய குடும்பம். நான் அவுங்களைப் பாக்க அனுமதி வாங்க முடியுமா"

"நான் பேசிப்பாக்கறேன். அவுங்க சாதாரணமா யாரையும் பாக்கறதில்லை. நீங்கள் நோபல் பரிசு பெற்றவர். பழைய மாணவர். உங்களை சந்திக்க வாய்ப்பு இருக்கிறது. நான் முயற்சி செய்கிறேன்."

விடுதிக்காப்பாளர் "உங்க வண்டியிலேயே வந்துர்ரேன். அப்புறம் என்னைக் கொண்டு வந்து இங்கே இறக்கி விட்ருங்க." என்றார். அனைவரும் காரில் கிளம்பினார்கள்.

வீட்டை அடைந்தார்கள். ஏற்கனவே ஆதித்ய சிதம்பரம் பார்த்திருந்த வீடு தற்போது சற்று விஸ்தரிக்கப்பட்டிருந்தது. விசிட்டர் ஹால் ஒன்று தனியாகக் கட்டப்பட்டிருந்தது. ஆதித்ய சிதம்பரத்தையும், ரஞ்சனாவையும் உட்கார வைத்துவிட்டு உள்ளே சென்றார். அவர் வருவதற்கு அரை மணி நேரமாயிற்று.

விடுதிக்காப்பாளர் மகிழ்ச்சியுடன் வந்தார். "உங்களைப் பற்றி அவுங்க தெரிஞ்சு வைச்சிருக்காங்க. நெறைய இங்கிலிஷ் புத்தகம், பேப்பர் படிக்கிறவங்க. சந்தோஷப்பட்டாங்க . . . அறையைச் சுத்தம் பண்றதுக்குத்தான் நேரம் ஆச்சு . . . நீங்க வாங்க"

மூவரும் ரெஜினாவின் அறையில் நுழைந்தார்கள். விடுதிக்காப்பாளர் வெளியே இருப்பதாகச் சொல்லிவிட்டுச் சென்றுவிட்டார். ரெஜினாவைப் பார்த்ததும் ஆதித்ய சிதம்பரத்திற்கு கண்களில் நீர் வந்தது. வண்ணத்துப் பூச்சிபோல சிறகடித்து வண்ணமயமாகப் பறந்தவள் ரெஜினா. இப்போது சாய்வான படுக்கையில் சாய்ந்து கால் நீட்டியிருந்தாள். தலையில் முடி இல்லை. முகம் உலர்ந்து உடல் மெலிந்திருந்தது. அணிந்திருந்த நைட்டி தளர்வாக இருந்தது. முதுமையுடன் இருந்தாள்.

ரெஜினாவைப் பார்த்தபோது ஆதித்ய சிதம்பரம் வணங்கினார். "என்னை வணங்காதீர்கள் நான் தான் உங்களை வணங்க வேண்டும். எங்கள் இல்லத்திற்கு பெருமை சேர்த்தவர் நீங்கள்" என்றாள் ரெஜினா.

"என் பால்ய காலத்தில் நீங்களும் பெரியவரும் எனக்கு சோறு போட்டீர்கள். தங்க இடம் கொடுத்தீர்கள். படிக்க வைத்தீர்கள். நீங்கள் எனக்கு ஒரு டிக்ஷனரி கொடுத்தீர்கள். நினைவு இருக்கிறதா"

"மன்னிக்கனும். எனக்கு நினைவு இல்லை. நிறைய மாணவர்கள் படித்தார்கள். எனக்கு மரணம் நெருங்கிக் கொண்டிருக்கிறது. கர்த்தருள் நித்திரை அடைந்தால் நிம்மதியாவேன். மருந்தும் மாத்திரைகளும், சிகிச்சைகளும் என்னைத் துன்பப்படுத்துகிறது. ஜீவனை விட முடியாதல்லவா. ஆதலால் பொறுத்துக்கொண்டுதானிருக்க வேண்டும்."

சற்று அமைதி நிலவியது. "இவுங்க உங்க மனைவியா" என்று ரெஜினா கேட்டாள் "இல்லை இவள் என் தோழி" என்றார் ஆதித்ய சிதம்பரம்.

"உங்களின் நோபல் உரை படித்தேன். வண்ணத்துப் பூச்சிகளைப்பற்றி குறிப்பிட்டிருந்ததையும் பார்த்தேன். எங்களுக்கு மேற்கு தொடர்ச்சிமலையை ஒட்டி ஒரு தோட்டம் உள்ளது. உங்களை அங்கு அழைத்துச்செல்ல ஏற்பாடு செய்றேன். அங்கு நிறைய வண்ணத்துப்பூச்சிகள் திரிகின்றன. நீங்கள் அங்கு போனால் மகிழ்ச்சி அடைவீங்க..." என்றாள் ரெஜினா.

அவளுக்குப் பேசும் போதே மூச்சு வாங்கியது. வலது கைப்பக்கம் இருந்த அழைப்பு மணியை அடித்தாள். ஒரு பணியாள் வந்தார். "ஜேம்ஸை வரச் சொல்லுங்க" என்றாள். சற்று நேரத்தில் ஆஜானுபாகுவான தோற்றத்தில் ஜேம்ஸ் வந்தான். "ஜேம்ஸ் இவுங்க நம்ம கெஸ்ட். இவுங்களை நம்ம வண்ணத்துப்பூச்சி தோட்டத்தை பாக்க கூட்டிட்டு போங்க" என்றாள். ஜேம்ஸ் வெளியே சென்றான்.

சற்று நேரம் பொதுவாகப் பேசிக்கொண்டிருந்துவிட்டு ரெஜினாவிடமிருந்து விடைபெற்றுக்கொண்டார்கள். கதவருகே சென்ற போது அவர்கள் இருவரையும் நிற்கச் சொன்னாள். அழைப்பு மணியை அழுத்தினாள். ஜேம்ஸ் வந்தான் "எங்கள் மூவரையும் சேர்த்து வைத்து போட்டோ எடு. பிறகு சாரை மட்டும் தனியா ரெண்டு மூணு போட்டோ எடு. அப்புறம்

அவுங்க ரெண்டு பேரையும் சேத்து வைச்சி எடு" என்று அவளிடம் செல்போனைக் கொடுத்தாள்.

ஆதித்ய சிதம்பரமும் ரஞ்சிதாவும் ரெஜினா சாய்ந்திருந்த படுக்கைக்கு இருபுறமும் நின்றுகொண்டார்கள். போட்டோக்கள் எடுக்கப்பட்டன ரெஜினா கூறியபடியே. ஆதித்ய சிதம்பரம் அறைக்கதவைத் திறக்கும் போது ரெஜினா அழைத்தாள். "மிஸ்டர் சிதம்பரம். எனக்கு நினைவு வந்துவிட்டது. உங்களுக்கு நான் டிக்ஷனரி அன்பளிப்பாக கொடுத்தது நினைவுக்கு வந்துவிட்டது. போய் வாருங்கள். கர்த்தர் ஆசீர்வாதம் உங்களுக்கு இருக்கும்" என்றார்.

"ரெஜினா நினைவுக்கு வந்ததாகக் கூறியதை சந்தேகப்படக் கூடாது" என்று அவர் பிறகு ரஞ்சனாவிடம் கூறினார்.

10

தோட்டத்திற்கு காரில் செல்லமுடியாது என்பதால் ஜீப் கொண்டு வருவதாகவும் ஜீப்பில் செல்லலாம் என்றும் ஜேம்ஸ் கூறியிருந்தான். கூறியிருந்தபடியே ஜேம்ஸ் குறித்த நேரத்திற்கு வந்துவிட்டான். இவர்கள் இருவரும் கிளம்புவதற்குத்தான் சற்றுத் தாமதமாகியது.

கிட்டத்தட்ட காட்டு வழி. ஜீப், லாரிகள், டிராக்டர்கள் சென்ற தடங்கள் இருந்தன. அவையும் இவர்கள் தோட்டத்திற்குத்தான் சென்றிருக்க வேண்டும் என்ற எண்ணத்தை ஏற்படுத்தின. இப்பகுதியில் எருமைகள் இல்லை என்றும் சில குரங்குகள் மட்டும் தென்படும் என்றும் ஜேம்ஸ் கூறினான். தோட்டப்பகுதியில் குரங்குகளுக்கு வேண்டியது கிடைக்காது என்பதால் அங்கு குரங்கு வராது என்றும் கூறியிருந்தான்.

தோட்டத்தை நெருங்க நெருங்க இனிய மணம் வீசியது. தோட்டம் தென்பட்டது. வண்ண வண்ண மலர்கள். நீலம், பிங்க், மஞ்சள், சிகப்பு, இன்னும் இன்ன நிறம் என்று குறிப்பிட்டுச் சொல்ல முடியாத நிறங்களில் மலர்கள். பெரும்பாலான மலர்கள் சிறு மலர்களாக இருந்தன. ஆங்காங்கே பல வண்ணங்களில் வண்ணத்துப்பூச்சிகள் அலைந்துகொண்டிருந்தன. திடீரென்று பறவைகள் வரிசையாக வானத்தில் பறப்பது போல் வண்ணத்துப்பூச்சிகள் கூட்டமாக வரிசை அமைத்து வந்தன. ஆதித்ய சிதம்பரத்திற்கு படபடப்பாக இருந்தது. இவ்வளவு மலர்களையும் இவ்வளவு வண்ணத்துப்பூச்சிகளையும் பார்ப்பது இதுதான் முதல்தடவை. தான் இருப்பது இந்த உலகத்தில்

இல்லை என்றும் வேறு ஒரு உலகத்திற்கு வந்துவிட்டதாகவும் தோன்றியது. தள்ளாட்டம் ஏற்பட்டது. ரஞ்சனாவைப் பற்றிக் கொண்டார். குடிக்கத் தண்ணீர் கேட்டார். தண்ணீர் வாங்கிக் குடித்தார். பரவச நிலையிலிருந்தார். ரஞ்சனா ஆச்சரியத்துடன் அந்த மலர் தோட்டத்தையும், வண்ணத்துப்பூச்சிகளையும் பார்த்துக்கொண்டிருந்தாள். ஆதித்ய சிதம்பரத்திற்கு மயக்கம் வருவது போலிருந்தது. ரஞ்சனாவைப் பற்றியிருந்த பிடி தளர்ந்தது. ஆதித்ய சிதம்பரம் கீழே சரிந்தார். ரஞ்சனாவிற்கு பதற்றம் ஏற்பட்டது, விதவிதமான வண்ணத்துப்பூச்சிகள் அலைந்து கொண்டிருந்தன. ஆதித்ய சிதம்பரம் தரையில் கிடந்தார். ரஞ்சனா ஜேம்ஸைப் பார்த்து தண்ணீர் எடுத்து வரச்சொன்னாள். ஆதித்ய சிதம்பரத்தை மடியில் கிடத்தி அவருடைய முகத்தில் நீரைத் தெளித்தாள். அவர் வாய் ஏதோ முணுமுணுத்தது. ரஞ்சனா அவர் வாயருகே காதைக் கொண்டு வந்தாள் “அம்மா என் அம்மா” என்று கேட்டது. “சிதம்பரம், சிதம்பரம்” என்று ரஞ்சனா அழைத்தாள்.

“இன்னும் கொஞ்ச நேரம் பாப்போம். அவர் எந்திரிக்கலைனா ஜீப்லே ஏத்தி அருகே இருக்கிற ஒரு டாக்டர் கிட்டே காணபிப்போம்.” என்று ரஞ்சனா ஜேம்ஸிடம் கூறினாள். சற்று நேரத்தில் ஆதித்ய சிதம்பரம் கண்விழித்து எழுந்து உட்கார்ந்தார். “இவ்வளவு வண்ணத்துப்பூச்சிகளை ஒரு சேரப் பார்த்தது எனக்கு பிரமிப்பா இருந்தது. சொப்பன உலகத்துக்குப் போவதுபோல இருந்தது. அங்கே என் அம்மாவும் பாட்டியும் இருந்தார்கள். என்ன நடந்தது என்று தெரியவில்லை. நான் சொப்பன உலகில் இருந்தேன்” என்றார். “கூல்டிரிங்ஸ் சாப்பிடுறீங்களா?” என்றாள் ரஞ்சனா. அவர் வாங்கிக் குடித்தார்.

ஜீப் சென்று கொண்டிருந்தது. “சந்தேகமில்லாமல் அது ஒரு சொப்பன உலகம் தான்” என்று ரஞ்சனாவிடம் கூறினார் ஆதித்ய சிதம்பரம். “அங்கு தொடர்ந்து இருந்தால் எனக்கு நினைவு திரும்பாது போலிருக்கிறது. மனம் ஸ்தம்பித்துவிட்டது. பரவசம் மனத்தை நிறைத்துவிட்டது அது ஒரு சொப்பன உலகம்தான்” என்று மீண்டும் மீண்டும் புலம்பினார்.

“ஒரு முத்தம் உங்களை மீட்டுக்கொண்டுவரும் என்றால் உங்களுக்கு நான் ஒரு முத்தம் கொடுக்கிறேன்” என்றாள் ரஞ்சனா. “கொடு” என்றார். அவள் அழுத்தமாக அவர் கன்னத்தில் முத்தம் கொடுத்தாள். அப்போது அவர் மடியில் அவள் உட்கார்ந்திருந்தாள். அவளின் கைகள் அவருடைய முதுகைச் சுற்றியிருந்தன. அவர் தனது நிலைக்குத் திரும்பிக் கொண்டிருந்தார்.

11

கடற்கரையில் கடலைப்பார்த்து ஆதித்ய சிதம்பரமும் ரஞ்சனாவும் உட்கார்ந்திருந்தார்கள். பெரிய அலை கரையை அடையும் போது சிறிய அலையாகவும் சிறிய அலை கரையை அடையும்போது பெரிய அலையாகவும் மாறுவதை ஆதித்ய சிதம்பரம் பார்த்துக்கொண்டிருந்தார்.

"ரஞ்சனா நீ என்னுடன் இல்லை என்றால் என்னால் தைரியமாக இருக்க முடியாது. பலவீனமாகிவிடுவேன். நீ என்னுடன் இருக்கும் தைரியத்தில்தான் மனிதனைப் போல் வாழ்ந்துகொண்டிருக்கிறேன். இல்லையென்றால் நான் பைத்திய நிலைக்குப் போகலாம். இல்லாமலே போகலாம்" என்றார் ஆதித்ய சிதம்பரம்.

"நான் உங்களை விட்டு எங்கே போகப்போகிறேன். நான் உங்களுக்கு சக்தி கொடுக்கவில்லை. உங்களுடன் இருக்கிறேன். அவ்வளவுதான்"

"என்னுடன் நீ இருக்க வேண்டும். எப்போதும் இருக்க வேண்டும். என்னுடைய துயரக் கதையை மறைத்து நின்று நட்பையும் காதலையும் நீ கொடுக்கிறாய்" என்று கூறி அவள் கைவிரல்களோடு தன் கை விரல்களைக் கோர்த்து இறுக்கினார்.

அப்போது எங்கிருந்தோ மூன்று வண்ணத்துப்பூச்சிகள் பறந்து வந்தன. கடலை நோக்கிச் சென்று அலைந்து திரும்பின. அலையில் சிக்கிக்கொள்ளுமோ என்று ஆதித்ய சிதம்பரம் பயந்தார். ஆனால் சிக்கிக்கொள்ளவில்லை. கடலுக்கு மேல் பறந்து இவர்களைக் கடந்து இவர்கள் பின்னால் பறந்து சென்றது.

• • •